పిల్లలకు, పెద్దలకు అందరికీ విజ్ఞాన, వినోదాల్ని అందించిన...

చందమామ కథలు 1

1970 - 2012 మధ్యలో వచ్చిన కథలు సచిత్రంగా... వసుంధర

-: సహస్రాధిక బాల సాహిత్య రచనల సృష్టికర్త :-

వసుంధర

D1652031

జె.పి. పబ్లికేషన్స్
ఏలూరు రోడ్, విజయవాడ - 520 002.
Buy books online www.mudrabooks.com

CHANDAMAMA KATHALU-1

First Edition : November, 2020
Second Edition : July, 2021
Third Edition : May, 2022
ISBN : 978-81-920556-8-8

Writer : **VASUNDHARA**

Artist :

SHAKTHI DAS

Youtube Channel (Shakthi Tutorial)
Learn drawing and painting in thirty classes
(direct or online) to become a good illustrator
and storyboard artist

D.T.P. & Page Setting :

SRI SIVARATNA GRAPHICS

Printers :

SRILEKHA POWER PRINTERS
VIJAYAWADA

Publishers :

J.P. PUBLICATIONS

Gogavari Street, Arundalpet,
VIJAYAWADA-520 002.
Phone : 0866-2439464
jppublication@gmail.com

Price : ₹ **400/-**

ముందుమాట

రేపటి పౌరులుగా ఎదిగే నేటి బాలల శరీర వికాసానికి పౌష్టికాహారం కావాలి. మానసిక వికాసానికి చదువు కావాలి. ఐతే పిల్లలకి పౌష్టికాహారం కంటే ఫలహారాలూ, చిరు తిళ్లూ ఎక్కువిష్టం. అందుకని వాళ్ల ఆరోగ్యానికి భంగం కలగకుండా, ఎదుగుదలకి తోడ్పడేలా చిరుతిళ్లను రూపొందించాలి. అలాగే పిల్లలకి చదువుకంటే ఆటపాటలూ, కథలూ ఎక్కువిష్టం. అందుకని అవి జ్ఞాన, విజ్ఞాన, వికాసాలకు అడ్డుపడకుండా, మనసుకి ఉల్లాసాన్నీ, ఉత్సాహాన్నీ, వినోదాన్నీ కలిగిస్తూ అర్థవంతమై ఉండాలి. కథల విషయమై జరిగిన అలాంటి ప్రయత్నాల్లో అనన్య సామాన్య ఫలితాలు సాధించిన పిల్లల పత్రిక **'చందమామ'** అన్నది నిర్వివాదాంశం. ఆ కథలు సంప్రదాయపు గొప్పతనం చెబుతాయి. ప్రపంచాన్ని పరిచయం చేస్తాయి. తప్పొప్పులు వివరిస్తాయి. క్రమశిక్షణని ప్రబోధిస్తాయి. నవ్విస్తాయి. ఒళ్ళు జలదరింపజేస్తూనే అలరిస్తాయి. ఒక్కమాటలో చెప్పాలంటే అవీ చదువే అనిపిస్తాయి. ఒక్కోసారి అవే చదువనిపిస్తాయి.

చందమామ కథలు చదువుతూ ఎదిగిన మాకు అవెంత ప్రయోజనకరమో తెలుసు. ఎదిగేక అదే ఒరవడిని అనుసరిస్తూ మేమూ పిల్లల కథలు వ్రాస్తే, వాటిని చందమామే ఆదరించడం విశేషం. అలా అప్పుడూ, ఇప్పుడూ, ఎప్పుడూ చందమామకు కృతజ్ఞులం.

1947లో ఆరంభమైన చందమామ నిరవధికంగా 66 ఏళ్ళు కొనసాగి 2013లో కనుమరుగైంది. ఆ పత్రికలో వచ్చిన వందలాది మా కథల్ని, నేటి బాలలకి మళ్లీ అంత అందంగానూ అందిస్తామంటూ ముందుకొచ్చారు **జె.పి. పబ్లిషర్స్.** మా కథల పట్ల వారి అభిమానానికి ధన్యవాదాలు. బాలసాహిత్యం పట్ల వారి అంకిత భావానికి అభినందనలు. ఇక పాఠకుల స్పందన కోసం ఎదురుచూస్తున్నాం.

వసుంధర

నవంబర్ 13, 2020

విషయ సూచిక

1.	ఆరోగ్య రహస్యం...	నవంబర్, 1977	...5
2.	అపాత్రుడికి వరం...	నవంబర్, 1974	...8
3.	అర్థం లేని మాటలు...	మే, 1974	...12
4.	ఎదురింటి మంగమ్మ...	డిసెంబర్, 1980	...16
5.	లంచం కథ...	ఏప్రిల్, 1976	...20
6.	పొదుపుకి కారణం...	డిసెంబర్, 1971	...23
7.	అతివాగుడు...	జులై, 1974	...24
8.	దేవుడికంటే గొప్పవాడు...	జనవరి, 1974	...27
9.	తగిన సలహాలు...	డిసెంబర్, 1974	...30
10.	కనువిప్పు...	ఆగష్టు, 1975	...35
11.	పనికిమాలిన ప్రోత్సాహం...	సెప్టెంబర్, 1976	...38
12.	రాజుగారి ప్రాపకం...	జూన్, 1976	...42
13.	తండ్రిని మించిన కొడుకు...	ఆగష్టు, 1976	...44
14.	గుర్తింపు...	ఆగష్టు, 1977	...46
15.	మాలిష్ చేసేవాడు...	ఏప్రిల్, 1977	...48
16.	మంత్రగ్రంథం...	జులై, 1977	...50
17.	నిలకడలేని శిష్యుడు...	జూన్, 1977	...53
18.	రాజుగారి పోటీలు...	జనవరి, 1977	...56
19.	రాజుకంటే గొప్పవాడు...	మార్చి, 1977	...59
20.	ఉడుతకు చారలు...	మే, 1977	...62
21.	చిరంజీవి కథ...	అక్టోబర్, 1978	...65
22.	హడావుడి మనిషి...	నవంబర్, 1978	...68
23.	కొత్త అల్లుడి బాధ్యత...	జనవరి, 1978	...71
24.	సారంగుడి వైరాగ్యం...	మే, 1978	...74
25.	స్థలప్రభావం...	నవంబర్, 1979	...77
26.	పండితుడి శిష్యులు...	జనవరి, 1980	...79
27.	పిశాచాల అనుమానం...	ఏప్రిల్, 1980	...82
28.	ఉగ్రసేనుడి కోపం...	నవంబర్, 1980	...85
29.	తేడా...	డిసెంబర్, 1972	...88
30.	అప్పు తెచ్చే తెలివి...	జులై, 1981	...89
31.	మర్యాదయిన పద్ధతి...	అక్టోబర్, 1981	...90
32.	చెట్టు మీద బ్రహ్మరాక్షసుడు...	జనవరి, 1982	...93
33.	దేవతలైన దెయ్యాలు...	మార్చి, 1982	...96
34.	మహా కావ్యం...	అక్టోబర్, 1990	...100
35.	అతి నిదానం...	సెప్టెంబర్, 1983	...102
36.	గురువుకు పాఠం...	మార్చి, 1983	...105
37.	ఇంటి మర్యాద...	ఫిబ్రవరి, 1983	...108
38.	కోపం మార్చిన రూపం...	మార్చి, 1983	...109
39.	మందబుద్ధి...	మే, 1983	...110
40.	పది సంవత్సరాల జబ్బు...	ఆగష్టు, 1983	...113
41.	రాజమ్మ పొదుపు...	జనవరి, 1983	...116
42.	రాజు తెలివి...	అక్టోబర్, 1983	...119
43.	రాగి కడియం...	జులై, 1990	...120
44.	రహస్యం దాచే రహస్యం...	అక్టోబర్, 1982	...124
45.	తలుపు గడియ...	ఫిబ్రవరి, 1990	...125
46.	మంత్రి నీతి...	మార్చి, 1990	...127
47.	చిట్టి చలువ...	మే, 1990	...130
48.	వల్లభుడి జబ్బు...	జూన్, 1990	...133
49.	బంధువులున్నారు జాగ్రత్త!...	నవంబర్, 1990	...136
50.	వరహాల దానం...	డిసెంబర్, 1990	...140
51.	సామాన్యుడు-మహానుభావుడు...	ఫిబ్రవరి, 1994	...143

I. ఆరోగ్య రహస్యం

కుబేరుడు అనే యువకుడికి అష్టఐశ్వర్యాలూ ఉన్నాయి గాని ఆరోగ్యం లేదు. తన ఆరోగ్యం చక్కబడడానికి ఎన్నో మందులు సేవించాడు గాని, లాభం కలగలేదు. అందుచేత అతను ఎప్పుడూ దిగులుగా ఉండేవాడు.

కుబేరుడి మిత్రుడు చరకుడు అనేవాడు ఏదో పనిమీద వచ్చి, కుబేరుడి ఇంట బస చేశాడు. అతను తన మిత్రుడి అనారోగ్యం గురించి విచారించాడు. అతను పెద్ద ఘనవైద్యుడు కాకపోయినా, గృహవైద్యం తెలిసినవాడు.

అతను కుబేరుణ్ణి తనకు తెలిసినమేరకు పరీక్షించి, అతని శరీరంలో ఏ దోషమూ లేదని తెలుసుకున్నాడు. చరకుడు కుబేరుడి దినచర్య గురించి ప్రశ్నించాడు.

కుబేరుడు ఉదయం కాలకృత్యాలు తీర్చుకుని ఫలహారం చేస్తాడు. తరువాత కొంతసేపు తమ ఆస్తికి సంబంధించిన లెక్కలు చూస్తాడు. మధ్యన పళ్ళరసం తీసుకుంటాడు.

తరువాత కాస్సేపు విశ్రాంతి తీసుకుని భోజనం చేస్తాడు. భోజనం చేసి నిద్రపోతాడు. నిద్ర అయ్యాక తమ వ్యవహారాలు చూసే ఉద్యోగుల మీద అజమాయిషీ చేసి, తన తండ్రితో సొంత వ్యవహారాలను గురించి చర్చిస్తాడు. రాత్రి భోజనం అయ్యాక పడుకునేముందు మళ్ళీ పళ్ళరసం తాగుతాడు.

కుబేరుడు ఈ వివరాలన్నీ చెప్పి, చరకుడితో, "నన్నేదో భయంకరమైన వ్యాధి పట్టుకున్నది. అది మందులకు లొంగేది కాదు. పళ్ళ రసం నోటికి బాగుండదు. భోజనం హితవుగా ఉండదు. నా జీవితం ఇలా గడచిపోవలసిందేగా అని నిరుత్సాహంగా ఉంటుంది" అన్నాడు.

చరకుడు నవ్వి, "నిరుత్సాహపడకు. నీకు ఔషధాలతో బాటు గాలి మార్పు కూడా అవసరం. ఒక మాసం పాటు మా ఊరు వచ్చి ఉండు. నీ ఆరోగ్యం బాగుపడుతుందని నా నమ్మకం" అన్నాడు.

కుబేరుడు తండ్రి అనుమతితో చరకుడి ఊరు వెళ్ళాడు. ఆ గ్రామంలోని సంపన్నులు కళాప్రియులు. అందుచేత అక్కడ నిత్యమూ వినోద కార్యక్రమాలు జరుగుతూ ఉండేవి.

కుబేరుడికి ఆ కార్యక్రమాలు అమితమైన ఆనందం కలిగించాయి. అందుచేత అతను రోజూ సాయంకాలం కోసం ఆత్రంగా ఎదురుచూసేవాడు.

అతనిలో కొత్త ఉత్సాహం చూసి చరకుడు, "మా ఊరి గాలి నీకు పడినట్టున్నది. నీలో ముందులేని ఉత్సాహం కనబడుతున్నది. నిన్న రాత్రి నాకు ఒక గోసాయి కనిపించాడు.

అతనికి నీ జబ్బు గురించి చెబితే, అడవిలో కోయ గూడెం సమీపంలో ఒక మూలిక ఉన్నదనీ, దాన్ని వాడేవాడే స్వయంగా పీకాలనీ, ఆ మూలికతో నీ వ్యాధి నయమవుతుందనీ అన్నాడు. నీకు అభ్యంతరం లేకపోతే ఇప్పుడే బయలుదేరి వెళ్ళివద్దాం" అన్నాడు.

"సాయంత్రానికల్లా తిరిగి రాగలమా?" అని కుబేరుడు అడిగాడు. "ఎందుకు రాలేం? ప్రయాణం కొద్ది గంటలే పడు తుంది" అన్నాడు చరకుడు.

మిత్రులిద్దరూ అడవిలో కాలిబాట వెంట నడుస్తూ వెళ్ళారు. చరకుడు చకచకా నడిచేస్తున్నాడు గాని, కుబేరుడు నడవలేక మధ్య మధ్య ఆగిపోతున్నాడు.

"నా వయసు వాడివే గదా, నాతో బాటు నడవలేక పోవడమేమిటి?" అన్నాడు చరకుడు.

"నా ఆరోగ్యం సరిగా ఉంటే నేనూ నడుద్దును" అన్నాడు కుబేరుడు.

"నీ ఆరోగ్యం గురించే గద పోతున్నాం? త్వరగా పోకపోతే తిరిగి త్వరగా రాలేం" అన్నాడు చరకుడు. ఆ మాట వినేసరికి కుబేరుడు పట్టుదలగా చరకుడి వెంట నడిచాడు. ఇద్దరూ చాలాదూరం నడిచివెళ్ళాక, చరకుడు ఒక మొక్కను చూపి, "ఇదే మూలిక! నీ చేత్తోనే పెకలించు" అన్నాడు.

కుబేరుడు ఆ మొక్కను రెండు చేతులా పట్టి లాగితే వేరుతో సహా వచ్చింది. దాన్ని సమీపంలో ఉన్న కొలనులో శుభ్రంగా కడిగిన మీదట, చరకుడు దాని వేరును కుబేరుడి చేత తినిపించి, "ఇక మనం వెనక్కు వెళ్ళవచ్చు" అన్నాడు.

తాము వచ్చిన దూరమంతా తలచుకునేసరికి కుబేరుడి గుండెల్లో రాయి పడినట్టయింది. పైగా అతనికి ఆకలిగా ఉన్నది. "మిత్రమా, నాకు ఆకలి మండిపోతున్నది. అడుగు తీసి అడుగు వెయ్యలేను. తినడానికేమైనా కావాలి" అన్నాడు కుబేరుడు నీరసంగా.

"అప్పుడే ఔషధం పనిచేస్తున్నదన్నమాట. ఈ సంగతి తెలిస్తే, వెంట తినడానికేమైనా తెచ్చేవాణ్ణే. ఇప్పటికైనా మించిపోయిందేమీ లేదు. దగ్గరలోనే కోయగూడెం ఉన్నది. అక్కడ తినడానికి ఏదైనా దొరక్కపోదు" అన్నాడు చరకుడు.

కోయగూడెం అంత దగ్గరలో ఏమీ లేదు. అయినా గత్యంతరం లేక కుబేరుడు అక్కడిదాకా నడిచాడు. కోయదొర వారికి స్వాగతం చెప్పి, అప్పటికప్పుడు వెదురుబియ్యం వండించి పెట్టాడు. ఆకలి కరకరలాడుతూంటే, తాను ఏమి తింటున్నదీ తెలీకుండానే కుబేరుడు ఆవురావురుమని తినేశాడు.

భోజనం అయ్యాక ఇద్దరికీ నిద్రవచ్చింది. కోయదొర వాళ్ళకు పడకలు ఏర్పాటు చేశాడు. వాళ్ళు నిద్రలేచేసరికి

సాయంకాలం కావస్తున్నది. ఇద్దరూ ఇంటికి వచ్చేటప్పుడు కుబేరుడు, "నీ మందు అద్భుతం! నాకు మంచి నిద్రపట్టింది. ఒంట్లో చాలా సుఖంగా ఉన్నది" అని చరకుడితో అన్నాడు.

ఆ రాత్రి కూడా కుబేరుడు కడుపు నిండా తిని, ఒళ్ళు తెలియకుండా నిద్రపోయాడు. మర్నాడు చరకుడు అతనితో, "నీ ఆరోగ్యం చక్కబడింది. కనుక అసలు విషయం చెబుతాను. ఆకలి పుట్టడానికి ఉపవాసం తప్ప మరో మందు లేదు. నిద్రపట్టడానికి శరీరశ్రమ తప్ప మరో మార్గం లేదు.

మనసు ఉల్లాసంగా ఉండాలంటే వినోద కార్యక్రమాలు అవసరం. ముందే ఈ మాట చెబితే నువు నమ్మవని, మందు పేరు చెప్పి ఇలా తీసుకొచ్చాను. ఇకముందు ఆకలి వేస్తేనే గానీ తినకు. శరీరవ్యాయామం కొంత అయినా చెయ్యి" అన్నాడు.

కుబేరుడు ముందు ఆశ్చర్యపడినా తరువాత నిజం గ్రహించి, తన ఊరికి తిరిగిపోయి, చరకుడి సలహాను అమలు చేస్తూ వచ్చాడు. తమ గ్రామంలో అతనే వినోద కార్యక్రమాలు కూడా ఏర్పాటు చేశాడు.

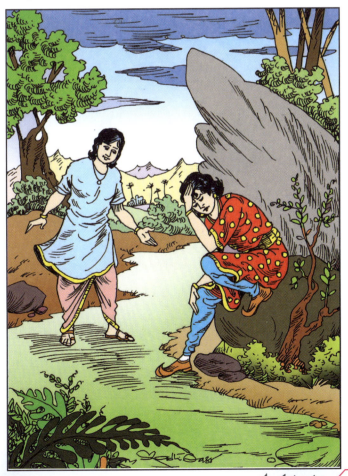

2. అపాత్రుడికి వరం

ఒక ఊళ్ళో రంగడు అని ఒక పనికిమాలిన కుర్రవాడు ఉండేవాడు. వాడి తల్లి వడలు వేసి అమ్ముతూ ఇల్లు గడిపేది. రంగడికి చదువు ఏమాత్రమూ అంటలేదు.

కాని వాడు మాత్రం తాను చాలా తెలివిగలవాడిననీ, తన తెలివితేటలు ఎవరూ అర్థం చేసుకొనటం లేదనీ అనుకునే వాడు. వడలు అమ్మటంలోనైనా రంగడు తనకు సహాయ పడతాడేమో, తాను మరేదన్నా పనులు చూసుకోవచ్చునని తల్లి ఆశపడింది. కానీ, రంగడు వడలు కొనేవాళ్ళతో పోట్లాటలు తెచ్చుకుని, తల్లి ఆశ నిరాశపరిచేశాడు. చివరకు ప్రాణం విసిగి తల్లి వాణ్ణి తిట్టి, ఇంటి నుంచి వెళ్ళగొట్టింది.

రంగడికి పౌరుషం వచ్చింది. తన తెలివితేటలు అందరూ గుర్తించేటట్టు చెయ్యాలని నిశ్చయించుకుని, వాడు ఇల్లు వదిలి, ఊరు అవతల ఉన్న అరణ్యంలో ప్రవేశించాడు. ఎక్కడా మనుష్య సంచారం లేని అడవిలో వాడికి కొంచెం భయం వేసింది. దానికి తోడు చీకటి కూడా పడబోతున్నది. వాడు ఒక చెట్టు ఎక్కి కూర్చున్నాడు.

అదే చెట్టు మీద చాలాకాలంగా ఒక భూతం ఉంటున్నది. ఆ భూతానికి ఒక చెల్లెలు ఉండేది. ఒక మంత్రవేత్త ఆమెను ఒక సీసాలో బంధించి, ఆ చెట్టు మొదట్లో పాతిపెట్టాడు.

చెట్టు మీద ఉన్న భూతం తనకు తానై నేలను తవ్వి, చెల్లెల్ని విడిపించలేదు.

అందుకు ఎవరి సహాయమైనా కావాలి. ఇప్పుడు ఎవరో మనిషి చెట్టెక్కినట్టు గ్రహించి ఆ భూతం... "ఎవరయ్యా నువ్వు?" అని అడిగింది.

తనలాగే మరో మనిషి చెట్టు మీద ఉన్నాడనుకుని రంగడు, "నా పేరు రంగడు. చాలా తెలివైనవాణ్ణి' అన్నాడు.

"ఆహా, తెలివైన వాడివైతే నాకొక చిన్న సహాయం చెయ్యి" అన్నది భూతం.

తనను ఒకరు సహాయం అడుగుతున్నందుకు రంగడు ఎంతో గర్వపడి, "తప్పకుండా చేస్తాను. ఏం సహాయం కావాలో చెప్పు?" అన్నాడు.

"చెట్టు దిగి, చెట్టు మొదట్లో తవ్వి, నేలలో పాతి ఉన్న సీసా తియ్యి" అన్నది భూతం.

రంగడు చెట్టు దిగి, నేలను వేళ్ళతో కెలికి చూశాడు. నేల గట్టిగా ఉన్నది.

"తవ్వటానికి గునపం కావాలే!" అన్నాడు వాడు.

"నీ తెలివి ఉపయోగించు" అన్నది భూతం.

రంగడు చుట్టూ చూశాడు. దూరాన ఎక్కడో కాస్త వెలుగు కనిపించింది. "అక్కడెవరో మనుషులున్నట్టున్నారు. గునపం పట్టుకొస్తాను" అంటూ రంగడు అటుకేసి వెళ్ళాడు.

అక్కడ నిజంగానే ఒక కోయవాళ్ళ గుడిసె వుంది. అందులో కోయ దంపతులున్నారు. తన ఊహ నిజమైనందుకు రంగడు చాలా గర్వపడి, "ఇప్పుడే తిరిగి యిచ్చేస్తాను, ఒక గునపం ఇయ్యండి" అని కోయదంపతులను అడిగాడు.

వాళ్ళకు గునపం అంటే ఏమిటో తెలియలేదు.

"అసలు నువ్వు ఎవరు? ఇక్కడికెందుకు వచ్చావు?" అని వాళ్ళు రంగణ్ణి అడిగారు.

"నేను చాలా తెలివి గలవాణ్ణి. త్వరగా నాకు గునపం ఇచ్చెయ్యండి" అన్నాడు రంగడు.

తమ వెంట రమ్మని వాళ్ళు రంగణ్ణి ఆ సమీపంలోనే ఉన్న ఒక మునీశ్వరుడి దగ్గరికి తీసుకుపోయారు. మునీశ్వరుడు రంగణ్ణి చూస్తూనే వాడి సంగతంతా గ్రహించి, "నువ్వు వట్టి అమాయకుడివి నాయనా. నువు బాగుపడేందుకు ఒక వరం కోరుకో, ఇస్తాను" అన్నాడు.

"నాకు వరం అక్కర్లేదు, గునపం కావాలి" అన్నాడు రంగడు.

"గునపం కూడా ఇస్తాను" అంటూ మునీశ్వరుడు వాడికి ఒక గునపం ఇచ్చి వాడు కోరుకున్నది జరిగేటట్లు వరం కూడా ఇచ్చాడు. రంగడు విజయగర్వంతో చెట్టు దగ్గరికి తిరిగివచ్చి చెట్టు మొదట్లో తవ్వి, ఒక సీసా పైకి తీశాడు.

చెట్టు మీద ఉన్న భూతం రంగడు చేసిన పనికి సంతోషించి, "భేష్! ఆ సీసాను పగలగొట్టు" అన్నది.

"ఇంత కష్టపడి సీసా తీసింది పగలగొట్టటానికా? నేనేం తెలివితక్కువ వాడిననుకున్నావా?" అన్నాడు రంగడు.

"అందులో బంగారం ఉంది. సగం నీకిస్తాను" అన్నది భూతం.

తన తెలివితేటలతో బంగారం సంపాదిస్తున్నందుకు రంగడు గర్వపడి, సీసాను నేలకేసి గట్టిగా కొట్టాడు. పెద్ద చప్పుడుతో సీసాలో నుంచి భూతం బయటకు వచ్చింది.

"ఎక్కడ నా బంగారం?" అంటూ అరిచాడు రంగడు. వాడు భూతాన్ని చూడలేదు. చెట్టు మీది భూతం వాడి ముందు కొన్ని బంగారు నాణాలు విసిరింది.

రంగడు వాటిని ఏరుకుని తన ప్రయోజకత్వం తల్లికి ఋజువు చేద్దామని, చీకట్లోనే పడి ఇంటిదారి పట్టాడు.

మధ్యదారిలో వాన వచ్చింది. వానలో ఇంకా ఎంతో దూరం నడవటం వాడికి చిరాకు అనిపించింది. మునీశ్వరుడి వరం జ్ఞాపకం వచ్చి, "నేనుండే దేశంలో వానలు ఉండరాదు" అని కోరుకున్నాడు.

వెంటనే వర్షం ఆగిపోయింది. రంగడు తన తెలివి తేటలకు అమితంగా సంతోషపడి, ఇంటికి పోయి తల్లికి బంగారం ఇచ్చి తాను సాధించిన ఘనకార్యాలన్నీ తల్లికి గర్వంగా చెప్పాడు.

మునీశ్వరుడు ఇచ్చిన వరంతో తను వానను ఆపాడని తెలియగానే వాడి తల్లి అదిరిపడింది. ఈ సంగతి తెలిస్తే పదిమందీ కలిసి వాణ్ణి చంపేస్తారు.

అయినా వాడు వెర్రిబాగులవాడు కనుక వాడు చెప్పినది నిజం కాకపోవచ్చునని ఆమె తనను తాను సమాధాన పరచుకున్నది.

కానీ అది మొదలు ఆ దేశంలో వానలు లేవు. తీవ్రమైన కాటకం ఏర్పడింది. అయితే దేశం సంపన్నమైనది కావటం చేత, రాజు ఇతర దేశాల నుంచి ఆహారధాన్యాలు కొని ఆ సంవత్సరం గడిపేశాడు.

కాని మరుసటి ఏడు కూడా దేశంలో వర్షం లేదు.

విచిత్రమేమిటంటే చుట్టుప్రక్కల దేశాలలో భారీగా వర్షాలు కురుస్తూనే ఉన్నాయి.

కానీ తమ రాజ్యంలో మాత్రం చుక్క వర్షం కూడా లేదు. రంగడి తల్లికి ఇప్పుడు రంగడి వరం మీద నమ్మకం కుదిరింది.

ఆమె తన కొడుకుతో, అరణ్యంలో మునీశ్వరుడు ఉండే చోటికి పోయింది. అయితే ఆ మునీశ్వరుడు అక్కడ లేదు. ఆయన ఎక్కడికి వెళ్ళాడో కోయవాళ్ళకు కూడా తెలియదు.

రంగడి తల్లి రాజును చూడబోయి "మహారాజా! నా కొడుక్కు అభయం ఇచ్చేటట్టుంటే వానలు కురవక పోవటానికి కారణం చెబుతాను. దేశాన్ని కాపాడే మార్గం మీరే చూడండి" అన్నది.

"నీ కొడుక్కు అభయం ఇస్తున్నాను. చెప్పు" అన్నాడు రాజు. ఆమె జరిగినదంతా చెప్పి, "ఎందుకూ పనికిరాని నా కొడుకు దేశానికి కూడా పనికిరాకుండా పోయాడు" అని కళ్ళ నీళ్ళు తుడుచుకున్నది. రాజుకు మతిపోయింది.

ఆయన తన మంత్రితో, "ఆడినమాట నిలబెట్టుకుని అపఖ్యాతి రాకుండా చూసుకోనా, లేక ఈ పనికిరాని కుర్రవాణ్ణి చంపి, ప్రజల ప్రాణాలు కాపాడనా?" అన్నాడు.

మంత్రి ఒక్క క్షణం ఆలోచించి, "రంగడు పనికిరాని వాడు ఎలా అవుతాడు ప్రభూ? వాడు ప్రాణాలతో ఉంటే మీరు చక్రవర్తి కావచ్చు" అన్నాడు. "అదెలా?" అన్నాడు రాజు. "రంగడు తాను ఉండే దేశంలో వానలు పడకుండా వరం కోరుకున్నాడు. వాడు ఏ దేశంలో ఉంటే ఆ దేశంలో వానలు పడవు.

వీణ్ణి రెండేళ్ళపాటు ఏ దేశంలో ఉంచితే ఆ దేశం ఆర్థికంగా దెబ్బతిని, మనకు సులభంగా వశమవుతుంది" అన్నాడు మంత్రి. మంత్రి ఆలోచన బ్రహ్మాండంగా పారింది. కొద్ది సంవత్సరాల కాలంలో చుట్టుప్రక్కల ఉన్న దేశాలన్నీ రాజుకు లొంగిపోయాయి.

ఆయన ఆ అన్ని దేశాల మీదా చక్రవర్తి అయ్యాడు. ఇప్పుడు రంగణ్ణి ఏం చేయాలన్న సమస్య వచ్చింది. రాజువే అన్ని దేశాలూనూ. ఈ సామ్రాజ్యంలో రంగడు ఎక్కడ ఉన్నా అంతటా కాటకం వస్తుంది.

చక్రవర్తికి మంత్రి మరొక అమోఘమైన ఆలోచన చెప్పాడు. దాని ప్రకారం రాజు ఒక చిన్న గ్రామాన్ని స్వతంత్ర్య రాజ్యంగా ప్రకటించి, దానికి రంగణ్ణి రాజుగా అభిషేకించాడు. రంగడి రాజ్యంలో వానలు పడవు. పంటలు పండవు.

కానీ చక్రవర్తి నుంచి రంగడి రాజ్యానికి ఎంత కావాలంటే అంత ధనసహాయం లభిస్తూ ఉంటుంది. సోమరి పోతులకూ, విలాసజీవితాలు గడపదలచినవారికీ అది అద్భుత మైన దేశం. ఒక ముని ఒక అపాత్రుడికి ఇచ్చిన వరం ఆ రాజ్యం రూపంలో వెలిసింది.

3. అర్థం లేని మాటలు

కర్పూర దేశాన్ని ఏలే ఇంద్రసేన మహారాజు ప్రజలను కన్నబిడ్డల కన్న మిన్నగా చూసుకుంటాడని ప్రసిద్ధి. అయితే ఆయనలో ఒక గొప్ప లోపం కూడా ఉండేది. ఆయనకు అమితమైన రాజ్యకాంక్ష ఉండేది. తరచుగా యుద్ధాలు చేసేవాడు.

యుద్ధాలలో ఆయన అపజయం అన్నది ఎరుగడు. ఆయన ఏలుబడిలో ప్రజలు ఎంతో సుఖపడేవారు. కనుక ఆయన కిందికి వచ్చిన ఏ రాజ్యంలోనూ ప్రజలు తిరుగుబాటు చేయటం అంటూ జరిగేది కాదు.

ఇంద్రసేనుడి పద్ధతి ఆయన మంత్రి అయిన సుదర్శనుడికి నచ్చేది కాదు. యుద్ధాల మూలంగా కలిగే అపార జననష్టమూ, ధననష్టమూ చూసి ఆయన బాధపడేవాడు. అయితే, ప్రపంచమంతా జయించాలన్నంత కాంక్ష గల ఇంద్రసేనుడితో యుద్ధాలు మానమని చెప్పటం దుస్సాహసం.

కాని, రాజ్యకాంక్ష అనే వ్యసనం లేకపోతే ఇంద్రసేనుడి వంటి ఉత్తముడు ఉండబోడు. ఆయన వ్యసనాన్ని తొలగించే అవకాశం కోసం మంత్రి సుదర్శనుడు ఎదురుచూడసాగాడు.

ఇంద్రసేనుడు సరికొత్తగా లాక్షణిక దేశాన్ని జయించాడు. ఆ దేశాన్ని పాలించిన సులక్షణుడు అనే రాజు యుద్ధంలో ఓడి పారిపోయి, తన దేశానికి పొరుగున ఉన్న సౌగంధిక దేశపు రాజు భీమసేనుడి శరణు జొచ్చాడు. సౌగంధికదేశం విశాలమైనది, సుభిక్షమైనది, అపారమైన సైనికబలం కలది.

అయితే ఆ దేశాన్ని ఏలే భీమసేనుడు శాంతి కాముకుడు. ఏ దేశం మీదా అతను యుద్ధానికి వెళ్ళేవాడు కాడు. ఏ రాజూ అతనిపై యుద్ధానికి రావటానికి సాహసం చేయలేదు.

భీమసేనుణ్ణి జయించాలన్నది ఇంద్రసేనుడి జీవితాశయాలలో ఒకటి. భీమసేనుడు సులక్షణుడికి ఆశ్రయం ఇయ్యటం మూలాన భీమసేనుడి పైకి యుద్ధానికి వెళ్ళే అవకాశం ఇంద్రసేనుడికి ఇప్పుడు కలిగింది.

సులక్షణుణ్ణి తనకు వశపరచవలసిందని ఇంద్రసేనుడు భీమసేనుడికి కబురు పంపించాడు. భీమసేనుడు అందుకు నిరాకరించాడు. ఈ మిష మీద ఇంద్రసేనుడు భీమసేనుడితో యుద్ధం చెయ్యటానికి సన్నాహాలు ప్రారంభించాడు.

ఇందుకుగాను అతను లాక్షణిక దేశంలో మకాం పెట్టి, సైన్యాన్ని సమీకరిస్తూ, తన వేగుల వాళ్ళను సౌగంధిక దేశానికి పంపాడు.

అలా వెళ్ళిన ఇంద్రసేనుడి వేగులవాళ్ళ నాయకుడు చారుదత్తుడు.

ఈ లోపల భీమసేనుడు చేతులు ముడుచుకు కూర్చోలేదు. ఇంద్రసేనుడి రాజ్యకాంక్ష భీమసేనుడికి తెలుసు. ఇంద్రసేనుడు చాలా రోజులుగా లాక్షణిక దేశంలోనే మకాం చేసినట్టు కూడా ఆయన ఎరుగును.

అందుచేత ఆయన తన చారులను రుద్రుడు అనే సమర్థుడి నాయకత్వం కింద లాక్షణిక దేశానికి పంపి, ఇంద్ర సేనుడి ఎత్తులు తెలుసుకోవటానికి ప్రయత్నించాడు.

రుద్రుడు వేగువిద్యలో ఆరితేరినవాడు. అతను లాక్షణిక దేశానికి బయలుదేరేముందు సులక్షణుణ్ణి కలుసుకుని, లాక్షణిక దేశంలో ఆయనకున్న మిత్రులెవరో వివరంగా తెలుసుకున్నాడు. కానీ అందువల్ల లాభం లేకపోయింది. దానికి కారణం ఉన్నది.

ఇంద్రసేనుడి చేతిలో ఓడిపోయిన సులక్షణుడు పరిపాలనలో సమర్థత ఏమీ లేనివాడు. లాక్షణిక దేశం తన ఏలుబడిలోకి రాగానే ఇంద్రసేనుడు పరిపాలనలో అనేక సంస్కరణలు తెచ్చి, ప్రజాభిమానానికి పాత్రుడు అయ్యాడు.

సులక్షణుడికి మిత్రులుగా ఉండిన వారందరూ ఇప్పుడు ఇంద్రసేనుడి మిత్రులయిపోయి అతడికి సహాయపడుతున్నారు. ఈ కారణం చేత భీమసేనుడి ప్రధాన చారుడైన రుద్రుడు సులువుగా ఇంద్రసేనుడికి దొరికిపోయాడు.

బందీ అయిన రుద్రుడి ద్వారా ఇంద్రసేనుడూ, అతని మంత్రీ సౌగంధికదేశ రహస్యాలను రాబట్టటానికి ఎంతో ప్రయత్నించారు.

కానీ, రుద్రుడు తాను లాక్షణిక దేశం వాణ్ణి అనీ, తనకు సౌగంధిక దేశం గురించి ఏమీ తెలియదనీ అన్నాడు.

ఇంద్రసేనుడికి కోపం వచ్చి తన మంత్రితో, "ఈ రాజ ద్రోహిని ఉరి తీయించండి" అన్నాడు.

చందమామ 13 కథలు-1

ఆ మాటకు రుద్రుడు చిన్నగా నవ్వి, "మీరు నన్ను రాజద్రోహి అంటున్నారు. కానీ నన్ను ఏ ఇంట్లోనైతే పట్టుకున్నారో, ఆ ఇంట్లోనే యింకా ముగ్గురు రాజద్రోహులున్నారు. తమరు ఆ సంగతి విచారించండి" అన్నాడు.

"అనవసర ప్రసంగం కట్టిపెట్టి, అసలు సంగతి చెప్పు" అన్నాడు ఇంద్రసేనుడు.

రుద్రుడు నవ్వి, "ఆ ఇంట్లో ఒక ముసలాయన ఉన్నాడు. ఆయన కాలంలో ఈ దేశాన్ని సూర్యవంశపు రాజులు పాలించేవారు. అప్పుడు యుద్ధం జరిగి, ఈ దేశం చంద్రవంశపు రాజులు ఏలుబడి కిందికి వచ్చింది.

ముసలాయన చంద్రవంశపు రాజులను ప్రభువులుగా ఆమోదించాడు. ఆ విధంగా ఆయన రాజద్రోహి అయ్యాడు. తరువాత చంద్రవంశపు రాజును సులక్షణుడి తండ్రి జయించాడు. ముసలాయన కొడుకు సులక్షణుడి తండ్రిని సేవించి, తనూ రాజద్రోహం చేశాడు. ముసలాయన మనవడి కాలంలో మీరు సులక్షణుణ్ణి తరిమేసి ఏలిక అయ్యారు.

అతగాడు, నన్ను సులక్షణుడి మిత్రుణ్ణన్న అనుమానంతో మీకు అప్పగించాడు. అతగాడు కూడా రాజద్రోహే కదా" అన్నాడు. ఈ మాటలు విని ఇంద్రసేనుడి మనసు అదోలా గయిపోయింది. ఆయన ఒక్క నిముషం ఆలోచించి, "వాళ్ళ సంగతి ఏమయినా, నువ్వు నిస్సందేహంగా రాజద్రోహివి!" అన్నాడు.

"పట్టుబడే క్షణం క్రితం కూడా నేను రాజభక్తుణ్ణే. రాజభక్తుడికీ, రాజద్రోహికీ మధ్య ఒక్క క్షణం తేడా!" అన్నాడు రుద్రుడు.

"మూర్ఖుడా, నువ్వు మళ్ళీ రాజభక్తుడివి కావాలంటే కాలచక్రం వెనక్కు తిరగాలి!" అంటూ ఇంద్రసేనుడు బయటికి వచ్చేశాడు. ఆయన వెంట బయటికి వచ్చిన మంత్రి సుదర్శనుడు ఆయనతో, "ప్రభువులు మన్నిస్తే, రుద్రుణ్ణి రాజభక్తుణ్ణి చెయ్యటానికి కాలచక్రం వెనక్కు తిరగనవసరం లేదు. మరొక మార్గం ఉంది. ముందు ఈ లేఖ చూడండి" అంటూ రాజుకు ఒక లేఖ అందించాడు.

ఆ లేఖ చూసి చంద్రసేనుడు కలవరపడ్డాడు. తన చారులలో ఉత్తముడయిన చారుదత్తుడు భీమసేనుడికి దొరికి పోయాడు.

ఎలాంటి హానీ కలిగించకుండా రుద్రుణ్ణి వదిలి పెట్టే టట్టయితే చారుదత్తుణ్ణి వదులుతాననీ భీమసేనుడు ఆ లేఖ ద్వారా ఇంద్రసేనుడికి తెలియజేశాడు.

"కర్తవ్యం ఏమిటి?" అని ఇంద్రసేనుడు తన మంత్రిని అడిగాడు.

"రుద్రుణ్ణి వదిలెయ్యటమే!" అన్నాడు సుదర్శనుడు.

"అతన్ని రాజభక్తుడుగా మార్చటానికి ఏదో మార్గం ఉందన్నావు?" అని ఇంద్రసేనుడు జ్ఞాపకం చేశాడు.

"మన సరిహద్దు దాటగానే రుద్రుడు రాజభక్తుడై పోతాడు. రాజభక్తుడికీ, రాజద్రోహికీ సరిహద్దు గీతే అడ్డం" అన్నాడు సుదర్శనుడు.

"అంతేనంటావా? అయితే నేను చేసే యుద్ధాలు...?" అన్నాడు ఇంద్రసేనుడు.

"నిష్ప్రయోజనం. ప్రభూ, ప్రజలకు ఏలుబడి ముఖ్యంగానీ ఏలిక కాదు.

రాజభక్తుడూ. రాజద్రోహి అన్న మాటలలాగే మన దేశమూ, పరదేశమూ అన్న పదాలు కూడా అర్థం లేనివి. యుద్ధం చేసి మీరు సౌగంధిక దేశాన్ని మీది చేసుకోవాలను కుంటున్నారు.

అందువల్ల రక్తపాతమూ, అమాయకులు బలి కావటమూ తప్ప ఏమీ జరగదు. మీ కోరిక తీర్చుకునే మార్గం మరొకటుంది. భీమసేనుడి మైత్రి!" అన్నాడు మంత్రి సుదర్శనుడు.

ఇంద్రసేనుడికి తన మంత్రి మాటలలో గురి కుదిరింది. ఆయన రుద్రుణ్ణి వదిలిపెట్టి, భీమసేనుడితో స్నేహసంధి చేసు కున్నాడు.

చారుదత్తుడు నిజంగా పట్టుబడలేదని తెలిసింది. కాని ఆ అసత్యవార్త తన మంత్రి కల్పించినదేనని ఇంద్రసేనుడు ఎరుగడు.

4. ఎదురింటి మంగమ్మ

చంపకదేశపు సరిహద్దులో ఉన్న శంభవరం అన్న గ్రామంలో రామన్న అనే ఆసామి ఉండేవాడు. అతనికి సుబ్బన్న అనే తమ్ముడు, గౌరి అనే చెల్లెలు ఉన్నారు.

రామన్న భార్య లక్ష్మి సుబ్బన్ననూ, గౌరిని ఎంతో అభిమానంగా చూసేది. ఆ కుటుంబం ఆ గ్రామానికే ఆదర్శప్రాయంగా ఉండేది.

చంపక దేశానికి పొరుగున ఉన్న దేశంతో యుద్ధం వచ్చింది. శత్రుసైనికులు సరిహద్దులో ఉన్న శంభవరం మీద వచ్చి పడబోతున్నట్టు పుకారు పుట్టింది.

గ్రామస్థులు భయపడి ఊరు వదిలి పారిపోయారు. అందరితోబాటు రామన్న కుటుంబం కూడా మరొక గ్రామానికి వలస వెళ్ళింది. శంభవరం గ్రామాన్ని దరిమిలా శత్రువులు ఆక్రమించారు.

రామన్న కొత్తచోట, కొత్త జీవితం ప్రారంభించవలసి వచ్చింది. సుబ్బన్నకు చదువు అబ్బలేదు గాని, రామన్న బాగా చదువుకున్నవాడు. లక్ష్మికి సంగీతం వచ్చును. ఇద్దరూ కలిసి చిన్న గురుకులం స్థాపించారు.

గౌరి ఇల్లు చూసుకుంటూ అన్నకు, వదినెకు చేదోడు వాదోడుగా ఉండేది. సుబ్బన్న సమీపంలో వున్న అరణ్యం నుంచి కట్టెలూ, పనికివచ్చే ఇతర వస్తువులూ తెచ్చేవాడు. ఒక సంవత్సరకాలంలో రామన్న కొంత డబ్బు వెనక వేసి, రెండెకరాల భూమి కొన్నాడు. సుబ్బన్న అరణ్యానికి పోవటం మానేసి, వ్యవసాయం ప్రారంభించాడు.

కుటుంబ పరిస్థితి మళ్ళీ బాగుపడుతున్నది. రామన్న సొంత ఇల్లు కొనుక్కోవాలనే ఆలోచన చేశాడు. అందుకు కారణం, అతను ఆ గ్రామానికి వచ్చిన నాటినుంచీ ఒక ఇల్లు అమ్మకానికి ఉన్నది. ధర కూడా ఆట్టే లేదు. అయినా దాన్ని కొనడానికి ఎవ్వరూ ముందుకు రావడం లేదు.

ఆ ఇల్లు కొనాలని రామన్న ఉబలాట పడుతూంటే చూసి, "అలాంటి తెలివితక్కువ పని చేయకు. ఆ ఇంటికి ఎదురింట్లో ఉన్న మంగమ్మ చాలా ప్రమాదకరమైన మనిషి" అని ఒక శ్రేయోభిలాషి అన్నాడు.

ఒక ఆడమనిషికి భయపడి చవగ్గా వస్తున్న ఇల్లు వదులుకోవడం రామన్నకు నచ్చలేదు. డబ్బు సమకూరగానే అతను ఆ ఇల్లు కొనేసి, మంచిరోజు చూసి గృహప్రవేశం చేశాడు. గృహప్రవేశానికి ఎదురింటి మంగమ్మ కూడా వచ్చింది. ఎంతోకాలానికి తన చుట్టుప్రక్కలకు ఒక కుటుంబం వచ్చి నందుకు ఆమె ఎంతో సంతోషించింది.

మంగమ్మ ఇంట్లో ఆమే, ఆమె భర్తా ఉంటున్నారు. వారికి పిల్లలు లేరు. బంధువు లున్నారు గాని మంగమ్మకు వారితో పడదు. మంగమ్మ లక్ష్మితో స్నేహం చేసింది. కొంతకాలం బాగానే గడిచింది.

లక్ష్మి తన ఇంటికి వచ్చిన పిల్లలకు సంగీతం నేర్పేది. రామన్న దొడ్లో చెట్టు కింద పిల్లలకు చదువు చెప్పేవాడు. గౌరి వంటపని, ఇంటిపని అంతా చూసుకునేది. సుబ్బన్న ఉదయమే లేచి పొలానికి వెళ్ళి, మళ్ళీ రాత్రికి ఇల్లు చేరుకునేవాడు.

మంగమ్మ గౌరిని రోజూ కాస్సేపు తన ఇంటికి పిలిచి, కబుర్లు చెప్పేది. చిన్న వయస్సులోనే ఆమె భారీ పనులు చేస్తున్నందుకు జాలిపడి, "అయినా అంతపనీ నువ్వే చేస్తావేం? మీ వదినకు కూర్చుని పాటలు పాడడం తప్ప ఇంకో పని రాదా?" అని అడిగేది.

"అలా అనకండి. మా వదిన దేవత! వచ్చే సంవత్సరం నాకు పెళ్ళి చెయ్యాలనుకుంటున్నారు. పని నేర్చుకోవాలని అంతా నాకు అప్పజెప్పింది. మా వదిన నాకు కావలసినవన్నీ కొనిపెడుతుంది. నన్ను ఎంతో అభిమానంగా చూసుకుంటుంది" అని గౌరి వినయంగా జవాబు చెప్పింది.

"నీలాంటి ఆడబడుచు రావడానికి ఎన్ని దేవుళ్ళకు మొక్కాలో! ఎంత డబ్బిచ్చినా నీలా ఎవరూ పని చెయ్యరు. మీ వదిన అదృష్టం! అయినా, మరీ ఇంత అమాయకురాలివి, ఎలా బతుకుతావో, ఏమిటో?" అని మంగమ్మ గౌరి మీద చాలా జాలిపడేది.

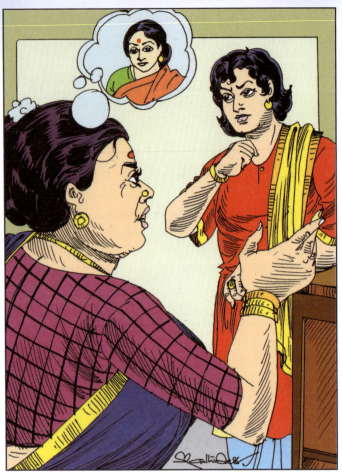

ఈ రకం మాటలు మొదట్లో గౌరి మీద పని చెయ్యలేదు గాని, క్రమంగా ఆమెలో అనుమానం తల ఎత్తింది. తాను తెలివి తక్కువది గనుకనే, తన వదిన తనచేత అడ్డమైన వెట్టిచాకిరీ చేయిస్తూ తాను సుఖంగా కూర్చుంటున్నది! ఈ అనుమానం వచ్చినప్పటినుంచీ గౌరికి తన వదిన దుర్మార్గురాలుగా కనిపించ సాగింది. మంగమ్మ సుబ్బన్న మీద కూడా ఇలాగే జాలిచూపింది.

"నిన్ను ఎవరూ రామన్నకు తమ్ముడివి అనుకోరు, అతని పాలేరువనుకుంటున్నారు" అన్నది మంగమ్మ అతనితో.

"ఏం చేస్తాను? నాకు చదువురాలేదు. ఊరికే కూర్చో వడం ఇష్టం లేదు. అన్నయ్య నన్ను బాగా చూసుకుంటాడు. ఎవరు ఏమనుకుంటే నాకేం?" అన్నాడు సుబ్బన్న.

"ఊరందరికీ చదువు చెప్పే మీ అన్న నీకు చదువు చెప్పలేకపోయాడా? అయినా నీకు చదువు వస్తే, తనకు ఊడిగం చేసేవాళ్లు ఎవరుంటారు? అందుకే నీకు చదువు రాకుండా చేశాడు!" అన్నది మంగమ్మ.

సుబ్బన్నకు కూడా క్రమంగా మంగమ్మ మాటలు నిజమనిపించసాగాయి. ఈ సంగతి ఎవరితో చెప్పుకోవాలో అతనికి తెలియలేదు. చెల్లెలు గౌరికే చెప్పుకున్నాడు. గౌరి తన గోడు సుబ్బన్నకు చెప్పుకున్నది. తమ ఇద్దరికీ ఏదో అన్యాయం జరిగిపోతున్నదని ఆ ఇద్దరూ నిర్ధారణ చేసుకున్నారు.

గౌరికి కూడా సంగీతం వచ్చును. ఆమె ఒక రోజున లక్ష్మితో, "వదినా, ఇంటిపని చెయ్యటం నాకు చాలా విసుగుగా ఉంటున్నది. కొంతకాలం నువ్వు ఆ పని చూడు. నేను పాఠాలు చెబుతాను" అన్నది. అందుకు లక్ష్మి వెంటనే ఒప్పుకున్నది.

సుబ్బన్న కూడా తన అన్నతో, "నా వంట్లో బాగుండడం లేదు. కొంతకాలం పాటు ఇంట్లో ఉండి చదువుకుంటాను. పొలం పనికి మనం ఒక పాలేరును పెట్టుకుందాం" అన్నాడు. అందుకు రామన్న సంతోషంగా అంగీకరించాడు.

లక్ష్మి ఇంటిపనులు సునాయాసంగా చేసుకుపోతున్నది. కాని పాఠాలు చెప్పడం గౌరి వల్ల కావడం లేదు.

తాను చెప్పేది త్వరగా నేర్చుకోవడం లేదని ఆమె పిల్లల మీద మాటిమాటికీ కసురుకునేది. ఈ బాధ భరించలేక సంగీతం నేర్చుకునే పిల్లలు చాలామంది మానుకున్నారు. ఆదాయం తగ్గిపోయింది.

ఏడాదిపాటు ఇంట్లో కూర్చున్నా కూడా సుబ్బన్నకు చదువు వంటబట్టలేదు. వ్యవసాయం చెయ్యడంలో పాలేరు శ్రద్ధ చూపలేదు. ఆ రాబడి కూడా తగ్గిపోయింది. అందులో కొంత వాడి జీతం కిందే పోయింది.

ఇలా జరగడం వల్ల లక్ష్మి గౌరికి ఆ ఏడు చేయిద్దామను కున్న కాసుల పేరు చేయించలేకపోయింది! రామన్న తాను కొందామనుకున్న ఎకరం పొలం కొనలేకపోయాడు.

లక్ష్మి గౌరిని దగ్గరికి తీసుకుని "నువ్వు సంగీత పాఠాలు చెప్పవద్దు. నీకు ఇంటిపని భారంగా ఉంటే ఇంటిపనితో బాటు సంగీత పాఠాలు కూడా చెప్పుకుంటాను" అన్నది.

రామన్న తన తమ్ముణ్ణి దగ్గరికి తీసుకుని, "నీకు వంట్లో ఆరోగ్యం చిక్కేవరకూ నేను పొలం పనులు స్వయంగా చూసుకుంటూ పాఠాలు చెప్పుకుంటాను" అన్నాడు.

ఈ ఏర్పాటు గురించి గౌరి గాని, సుబ్బన్న గాని ఏమీ అనలేదు. అది మొదలు లక్ష్మికీ, రామన్నకూ శ్రమ చాలా ఎక్కువ అయింది.

మంగమ్మతో మాట్లాడటానికి గౌరికీ, సుబ్బన్నకూ తీరిక కూడా ఎక్కువ అయింది. మంగమ్మ వాళ్ళిద్దరినీ అభినందించేది.

మంగమ్మ మూలానే గౌరిలోనూ, సుబ్బన్నలోనూ మార్పు వచ్చిందని లక్ష్మికీ, రామన్నకూ తెలుసు. తమ మంచితనంతో వాళ్ళిద్దరినీ మార్చాలని చూశారు

కాని ఆ ప్రయత్నం ఏమాత్రం ఫలించలేదు. అందుచేత రామన్న ఒక ఉపాయం ఆలోచించాడు.

ఒకరోజున రామన్నా, లక్ష్మి ఏదో రహస్యంగా మాట్లాడుకుంటున్నట్టు నటించారు.

గౌరీ, సుబ్బన్నా వారి సంభాషణ పొంచి విన్నారు. వాళ్ళకు వినిపించేలాగే భార్యాభర్తలు ఇలా మాట్లాడుకున్నారు.

"గౌరికి పనిచెయ్యడం ఇష్టమేనట. కానీ నాకు సాయం చెయ్యడమే ఇష్టం లేదుట! మా ఇద్దరికీ ఒకరంటే ఒకరికి ప్రాణమని తెలీక, గౌరి మీద నాకు నేరాలు చెబుతున్నది మంగమ్మ! నేను నమ్ముతాననుకున్నదేమో!" అన్నది లక్ష్మి.

"సుబ్బన్న గురించి ఆవిడ నాకూ అలాగే చెప్పింది. నేను నమ్మ లేదు" అన్నాడు రామన్న.

"గౌరికి నా మాటకన్నా తన మాట మీదే గురి ఎక్కువట! మంగమ్మ చెబితే, గౌరి నన్ను చీపురుకట్టతో కొట్టమన్నా కొట్టుతుందిట! మంగమ్మ ఇలా అన్నట్టు గౌరికి తెలిస్తే, మంగమ్మనే చీపురుకట్టతో కొట్టడానికి పోతుంది!" అన్నది లక్ష్మి.

"తాను చెబితే నా తమ్ముడు నన్ను జుట్టు పట్టుకుని వీధిలోకి ఈడుస్తాడన్నది మంగమ్మ.

ఈ మాట ఏనాడయినా వాడి చెవిన పడిందో వాడు, తననే జుట్టు పట్టుకుని వీధిలోకి ఈడ్చుకువస్తాడు!" అన్నాడు రామన్న. ఇలా భార్యాభర్తలు చాలాసేపు మాట్లాడుకున్నారు.

కొంతసేపు అయ్యాక వాళ్ళు ఇవతలికి వచ్చి చూస్తే, గౌరీ, సుబ్బన్నా లేరు. వీధిలో ఏదో కలకలం అయింది. భార్యాభర్తలు వీధిలోకి చూసి ఆశ్చర్య పోయారు. అప్పటికే చాలామంది పోగై ఆ దృశ్యాన్ని చూసి వినోదిస్తున్నారు.

సుబ్బన్న మంగమ్మను జుట్టు పట్టుకుని వీధిలోకి ఈడ్చుకువచ్చాడు. గౌరి ఆమె వీపు మీద చీపురు తిరగేస్తున్నది. రామన్న చటుక్కున వెళ్ళి గౌరినీ, సుబ్బన్ననూ చెరొక చేత్తోనూ ఇంట్లోకి లాక్కొచ్చాడు. మర్నాడే మంగమ్మా, ఆమె భర్తా తమ ఇల్లు అమ్ముకుని, ఖాళీ చేసి వెళ్ళిపోయారు. ఎందుకంటే, కలిసిమెలిసి ఆప్యాయంగా ఉండే కుటుంబానికి ఎదురుగా మంగమ్మలు ఉండలేరు.

5. లంచం కథ

మహీపాలుడు ఏలే న్యాయపుర దేశంలో ధర్మం నాలుగు పాదాలా నడుస్తుందని చెప్పుకునేవారు. మహీపాలుడు ధర్మానికి హాని కలగకుండా ఉండడం కోసం ఎన్నో శాసనాలు చేసి, సక్రమంగా వాటిని అమలు జరిపేవాడు.

అంతేగాక, న్యాయనిర్ణయం చెయ్యడంలో ఆయన ఎలాంటి పక్షపాతమూ చూపేవాడు కాడు.

ఇలాంటి సందర్భంలో ఆ దేశంలో ఒక విచిత్ర సంఘటన జరిగింది. చంద్రముఖుడు అనే న్యాయాధికారి లంపటుడి వద్ద డబ్బు తీసుకుని, ఒక విచారణలో అతనికి అనుకూలంగా తీర్పు చెప్పాడు. దాన్ని గురించి రమణుడు అనేవాడు రాజుగారి దగ్గర ఫిర్యాదు తెచ్చాడు.

ఈ ఫిర్యాదు గురించి విన్న రాజుగారికి అంతులేని ఆశ్చర్యం కలిగింది. దొంగతనాలూ, హత్యలూ, వ్యాపారంలో మోసమూ లాటి అనేక నేరాలు దేశంలో జరిగాయి. కాని డబ్బు తీసుకుని తప్పుడు న్యాయం చెప్పడం, ఈనాటివరకూ జరగలేదు.

అసలు జరిగిందేమిటంటే, లంపటుడు అనే ఒక పెద్ద వ్యాపారి తన గిడ్డంగుల కోసం న్యాయపురంలో ఒక విశాలమైన ఖాళీ ప్రదేశాన్ని కొని, అక్కడ భవనాల నిర్మాణం ప్రారంభించాడు. అయితే ఆ ప్రదేశం మధ్యలో కొద్దిమేర రమణుడు అనే వాడిది. రమణుడు పేదవాడు; అయినా వాడు తన ఆవరణను అమ్మ నిరాకరించాడు. అది అనాదిగా రమణుడి పూర్వీకుల స్థలం. తమ వంశంలోని పితృదేవతలందరూ అక్కడే ఉంటు న్నారని వాడి పిచ్చినమ్మకం.

రమణుడు సకుటుంబంగా తీర్థయాత్రకు పోయి ఉన్న సమయంలో లంపటుడు రమణుడి స్థలం ఆక్రమించి, గిడ్డంగుల నిర్మాణం మొదలుపెట్టాడు. రమణుడు తిరిగివచ్చి పేచీ పెట్టాడు. లంపటుడు రమణుడికి డబ్బు కోరినంత ఇస్తానన్నాడు.

"నీ డబ్బు కోసం నా పితృదేవతలకు నిలువ నీడ లేకుండా చేస్తావా?" అన్నాడు రమణుడు.

"నీకు డబ్బు అక్కర్లేకపోతే అది నీ ఖర్మ! నేను మాత్రం కట్టడం పని ఆపించను. ఏం చేస్తావో చేసుకో!" అన్నాడు లంపటుడు.

రమణుడు న్యాయాధికారి వద్దకు వెళ్ళి ఫిర్యాదు చేశాడు. న్యాయాధికారి విచారణ జరుపుతాననీ, ముందుగా కట్టడం పని ఆపమని లంపటుడితో అన్నాడు.

లంపటుడికి గుండె జారిపోయింది. ఒక పేదవాడు తనకు ఇలా రాహువల్లే అడ్డుపడగలడని అతను ఊహించి ఉండలేదు. తీర్పు తనకు విరుద్ధంగా జరిగితే చాలా నష్టం

వస్తుంది. అతను చంద్రముఖుణ్ణి ఏకాంతంగా కలుసుకుని, తన పరిస్థితి చెప్పుకున్నాడు.

"రమణుడి పత్రాలు సక్రమంగా ఉన్నాయి. అతను తన భూమిని అమ్మదలచలేదు. అలాంటప్పుడు నేను చెయ్యగలది ఏమున్నది?" అన్నాడు న్యాయాధికారి చంద్రముఖుడు.

తరువాత ఏమి జరిగినదీ ఎవరికీ తెలియదు. కానీ తీరా విచారణ జరిగినప్పుడు రమణుడి పత్రాలలో ఎలా ఉన్న దంటే, రమణుడి పూర్వీకులు లంపటుడి పూర్వీకుల నుంచి ఆ భూమిని ఉచితంగా పుచ్చుకున్నారనీ, లంపటుడి వంశంవారు ఏ పరిస్థితులలోనైనా ఆ భూమిని తగిన పరిహారం ఇచ్చి తిరిగి పుచ్చుకోవచ్చుననీ ఉన్నది. తన పత్రాలలో అలా ఉన్నదని విని రమణుడు ఆశ్చర్యపోయి, ఇతరుల చేత చదివించుకుంటే, నిజంగా అలాగే రాసి ఉన్నది.

రమణుడు లంపటుడితో, "ఆ భూమి మీదైనప్పుడు, మా పితృదేవతలు అక్కడ ఎందుకుంటారు?" అని, అతను ఇచ్చిన డబ్బు తీసుకుని, తృప్తిపడి ఇంటికి వెళ్ళిపోయాడు.

అయితే, తనకు అన్యాయం జరిగిందని రమణుడికి మర్నాడే తెలిసింది. న్యాయాధికారి దగ్గర ఉండే నౌకరు ఒకడు. తన యజమాని లంపటుడి నుండి బోలెడంత డబ్బు పుచ్చు కోవటం కళ్ళారా చూసి, ఆ సంగతి రమణుడికి చెప్పాడు. తన పితృదేవతలకు ద్రోహం జరిగిందనుకుని, అతను ఈసారి తిన్నగా రాజుకే ఫిర్యాదు చేశాడు.

రాజు రహస్యంగా దర్యాప్తు జరిపించి, న్యాయాధికారి ఇంట పదివేల వరహాల రొఖ్ఖం ఉన్నదని తెలుసుకున్నాడు.

రాజు న్యాయాధికారిని పిలిపించి, నిలవదీసి అడిగితే, తాను డబ్బు తీసుకుని అన్యాయంగా తీర్పు చెప్పినట్టు న్యాయాధికారి ఒప్పేసు కున్నాడు. మహీపాలుడు మండిపడి, ఈ అవినీతి చర్యకు చంద్రముఖుణ్ణి సంజాయిషీ అడిగాడు. చంద్రముఖుడు ఇలా చెప్పాడు :

"మహారాజా! నా కూతురికి మంచి సంబంధం వచ్చింది. అయితే నేను వరకట్నం కింద పదివేల వరహాలు ఇచ్చుకోవలసి ఉన్నది. నా ఆదాయంతో అంత డబ్బు నా జన్మలో నిలవ చెయ్యలేను. చూస్తూ, చూస్తూ అంత మంచి సంబంధం వదులుకోవలసి వస్తున్నదని బాధపడుతున్న సమయంలో లంపటుడి వ్యవహారం వచ్చింది.

తీర్పు తనకు అనుకూలంగా ఉండే మాటైతే పదివేల వరహాలు ఇస్తానన్నాడు. రమణుడిది మూర్ఖపు పట్టు. అందరికీ లాభం కలిగేలాగా నేను తీర్పు చెప్పాను.

రమణుడికి డబ్బు రావడమే గాక, నా కూతురి పెళ్ళి సమస్యా, లంపటుడి వ్యాపార సమస్యా తీరిపోయాయి".

మహీపాలుడు లంపటుణ్ణి పిలిపించి, "మానవులలో కొన్ని బలహీనతలు ఉంటాయి. చంద్రముఖుడు ఎంతో మంచివాడు. అటువంటి వాడిలోని బలహీనతలు రెచ్చగొట్టి, అతని చేత అక్రమమైన పని చేయించావు. ఇది ఏమాత్రం సహించరానిది. దీనికి నీ సంజాయిషీ ఏమిటి?" అని అడిగాడు.

"నేను ఎవరి బలహీనతనూ రెచ్చగొట్టలేదు. చంద్ర ముఖుడు నన్ను డబ్బు అడిగాడు. డబ్బు ఇస్తే సమస్య పరిష్కార మవుతుందని అన్నాడు.

ఇవ్వకపోవడం వల్ల నాకు ఎక్కువ నష్టం కలుగుతుంది గనుక, ఒప్పేసుకున్నాను" అన్నాడు లంపటుడు.

మహీపాలుడికి ఎటూ పాలుపోలేదు. ఒక కొత్తరకం నేరం తన దేశంలో జరిగింది. దీనికి శిక్ష విధించేముందు ఈ

నేరానికి మొదటి కారకుడు ఎవరో నిర్ణయించటం అవసరమని ఆయనకు తోచింది. అయితే అది సులువుగా తేలే సమస్య కాదు. చెట్టు ముందా! విత్తు ముందా!! అన్న సమస్యలాటిదే ఇదీనూ. కొందరు తెలివిగలవాళ్ళు మొదటి నేరం ఎవరిదో తెలుసుకుని కూడా, చంద్రముఖుడి వద్దా, లంపటుడి వద్దా డబ్బు పుచ్చుకుని, ఏమీ తెలియనట్టు మౌనంగా ఉండిపోయారు.

అందుచేత రాజు చంద్రముఖుడి నేరాన్ని విచారణకు పెట్టే అవకాశం లేక పోయింది. అది మొదలు ఇలాంటి నేరాలు పెరిగిపోయాయి. ఇది లంపటుడు, చంద్రముఖుడు మొదలెట్టారు కాబట్టి దీనికి "లంచం" అని పేరు వచ్చింది. ఈ నేరంలో మొదటి తప్పు లంచం ఇచ్చినవాడిదా? పుచ్చుకున్న వాడిదా?

దీనికి సమాధానం సూటిగా ఎవరూ చెప్పలేరు. పరిస్థితులను బట్టి సమాధానాలు మారు తుంటాయి. అయితే దీనికి శిక్ష లేకుండా వున్నది.

కారణం ఏమిటంటే, మిగిలిన నేరాలకు లేని శక్తి ఒకటి దీనికి ఉన్నది. ఇది న్యాయాన్ని కూడా మార్చగలదు.

6. పొదుపుకు కారణం

సుబ్బయ్యశెట్టి ఆస్తిపరుడు. పిసినిగొట్టు కాదు కాని పొదుపరి.

ఒకరోజు అతని వద్దకు సూరయ్య అనే రైతు వచ్చి, పెద్ద పండుగ వస్తున్నదనీ, పాతిక రూపాయలు చేబదులు ఇవ్వమని అడిగాడు. సుబ్బయ్య ఇచ్చాడు.

ఆ సాయంకాలమే సుబ్బయ్య పండగకు తన భార్యకు చీరె కొందామని బట్టల దుకాణానికి వెళ్ళాడు. అక్కడ సూరయ్య పాతిక రూపాయల వెల గల చీరె ఒకటి కొంటున్నాడు.

సుబ్బయ్య దుకాణం వాణ్ణి పది, పన్నెండు రూపాయల ధరలో చీరెలు చూపమన్నాడు.

సూరయ్య అది చూసి, “ఏమండీ, శెట్టిగారూ? డబ్బు గలవారు మీరు కూడా అంత చౌకలో చీర కొంటున్నారేమిటి? రెట్టింపు ధర పెడితే ఎంతో మంచి చీరెలున్నాయి గదా?” అని కాస్త హేళనగా అన్నాడు.

“పొదుపు అవసరం, సూరయ్యా. లేకపోతే ఎవరన్నా వచ్చి ఓ పాతిక రూపాయలు చేబదులు అడిగితే ఎక్కణ్ణుంచి తేగలను?” అన్నాడు సుబ్బయ్య.

7. అతివాగుడు

ఒక ఊళ్ళో ఒక ధనికుడికి గౌరి అనే కూతురు ఉంది. ఆమె చాలా అందమైనదీ, చురుకైనదీనూ. ఆమెలో ఉన్న దుర్గుణం ఏమిటంటే, మాట్లాడకుండా ఒక్కక్షణమైనా ఉండలేదు.

అతివాగుడు అనర్థదాయకమని తల్లి ఎంత చెప్పినా, గౌరి తలకెక్కలేదు. ఆమె ఉద్దేశంలో ఎక్కువగా మాట్లాడటం ఒక గొప్ప కళ. చెడ్డ అలవాటు కానే కాదు.

పెళ్ళి చేసుకుని, భర్త వెంట వెళ్ళిపోయిన తరువాత కూడా ఆమె తన అలవాటు మానుకునే అవసరం కలగలేదు. ఎందుకంటే, ఆమె పొరుగున ఆమె వంటివారే మరి నలుగురు ఉన్నారు. గౌరి భర్తలాగే వారి భర్తలు కూడా రాజుగారి కొలువులో ఉద్యోగాలు చేస్తున్నారు.

వాళ్ళు వెళ్ళగానే ఆడవాళ్ళందరూ చేరి కబుర్లు మొదలుపెట్టేవారు. గౌరికి పొరుగున శారద అనే ఆమె ఉండేది. ఆమె ఈ జట్టుతో కలిసేది కాదు. అందుచేత ఈ అయిదుగురికీ శారదను చూస్తే తేలికభావం ఉండేది. ఆమెను గురించి వాళ్ళు వీలయినంత తక్కువ చేసి మాట్లాడుకునేవారు.

ఒకసారి అయిదుగురు ఆడవాళ్ళూ మాట్లాడుకుంటూ ఉండగా గౌరి కళ్ళుతిరిగి పడిపోయింది. మిగిలిన నలుగురూ కంగారు పడిపోయి, ఏం చెయ్యాలో తెలీక వీధిలోకి వచ్చారు.

ఆ సమయంలో అటుగా వెళుతున్న శారద వాళ్ళ ముఖాలను బట్టి ఏదో జరిగిందని గ్రహించింది. ఆమె అడిగిన మీదట వాళ్ళు గౌరి సంగతి చెప్పారు. శారద లోపలికి వెళ్ళి, గౌరి ముఖాన నీళ్ళు చల్లి స్పృహ తెప్పించి, నాడి చూసి నవ్వుతూ, "నువ్వు తల్లివి కాబోతున్నావు. కొంచెం జాగ్రత్తగా ఉండు" అని చెప్పి వెళ్ళిపోయింది. శారద చెప్పినది నిజమే అయింది. గౌరి గర్భిణిగా ఉండి పుట్టింటికిపోయి, పండంటి కొడుకును ఎత్తుకుని తిరిగివచ్చింది. వస్తూనే ఆమె తనకు తెలిసినవారందరినీ పిలిచి విందు చేసింది. అందరూ ఏవేవో బహుమతులు తెచ్చారు.

అన్ని బహుమతుల కన్నా శారద తెచ్చిన బహుమానం గౌరిని ఎక్కువ ఆకర్షించింది. శారద తన కొడుక్కి సరిపోయే ఉన్ని దుస్తులు తెచ్చింది. వాటిని శారద స్వయంగా తయారు చేసిందని తెలిసి గౌరి ఆశ్చర్యపోయింది.

మర్నాడు గౌరి మిగిలిన ఆడవాళ్ళతో ఈ మాట చెప్పినప్పుడు వాళ్ళు "ఉన్ని దుస్తులు అల్లటం బ్రహ్మవిద్య ఏమీ కాదు. మనం అల్లినవి కొన్నవాటంత అందంగా ఉండవు. డబ్బు కక్కుర్తి కొద్దీ ఆ శారద చాలా పనులు తానే చేసుకుంటుంది. ఏం చేస్తుంది పాపం? మనలా డబ్బున్నది కాదు!" అని తేల్చారు.

శారద పొదుపరి అన్న సంగతి గౌరి గుర్తించింది. ఆమె పాడి చేస్తుంది; పిడకలు తయారుచేస్తుంది; దొడ్లో కూరలు పండించి, ఎక్కువగా ఉన్నప్పుడు పొరుగువారికి ఇస్తుంది; తన భర్తకు అంగీలూ, తనకు రవికెలూ కుట్టుకుంటుంది; చిన్న చిన్న రోగాలకు స్వయంగా వైద్యం చేసుకుంటుంది.

ఇలా ఉండగా గౌరికి ఆమె భర్త ఒక రహస్యం చెప్పాడు. రాజుగారి పైన హత్యాప్రయత్నం జరిగింది. ఈ పరమ రహస్యం తనకు తెలిసినందుకు గర్వపడుతూ గౌరి భర్త, దాన్ని ఎవ్వరికీ చెప్పవద్దని భార్యను హెచ్చరించాడు.

అయితే ఈ రహస్యం గౌరి నోట రెండురోజులైనా దాగలేదు. మూడోనాడు ఆమె ఈ రహస్యాన్ని తన స్నేహితురాళ్ళకు చెప్పి, దాన్ని మరెవరికీ చెప్పవద్దని కోరింది. అదే షరతు మీద వాళ్ళు మరికొంత మందికి ఆ రహస్యాన్ని చెప్పేశారు. నాలుగు రోజులు తిరగకుండానే ఆ రహస్యం నగరమంతా పాకిపోయింది.

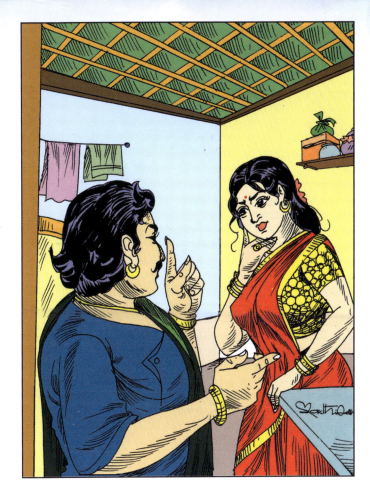

అయిదో రోజు రాజభటులు గౌరి భర్తను తీసుకుపోయి కారాగృహంలో పెట్టారు. గౌరి లబోదిబోమంటూ ఏడ్చింది. అందువల్ల ప్రయోజనం లేకపోయింది.

ఆమె భర్త రాజుగారి ఆగ్రహానికి పాత్రుడయ్యేసరికి అందరూ ఆమెను చూడరావటానికే భయపడ్డారు. అయితే, ఈ సంగతి తెలియగానే శారద గౌరిని చూడవచ్చి, తాను చేతనైన సహాయం చేస్తానని హామీ ఇచ్చి, గౌరికి కాస్త ధైర్యం ఇచ్చింది.

ఆమె తన ఇంటికి వెళ్ళి, తన భర్తతో జరిగినదంతా చెప్పి, గౌరి భర్తను కాపాడేటందుకు ఒక మార్గం కూడా సూచించింది. శారద భర్త రాజును చూడబోయాడు.

రాజు తన రహస్యం బయటపడినందుకు చాలా కోపంగా ఉన్నాడు. అందుచేత ఆయన గౌరి భర్తను రాజద్రోహిగా పరిగణించి, అతనికి మరణశిక్షగాని, దేశబహిష్కరణగాని విధించే ఉద్దేశ్యంతో ఉన్నాడు. శారద భర్తను చూడగానే రాజు, "ఏమిటి పని?" అని చిరాకుగా అడిగాడు.

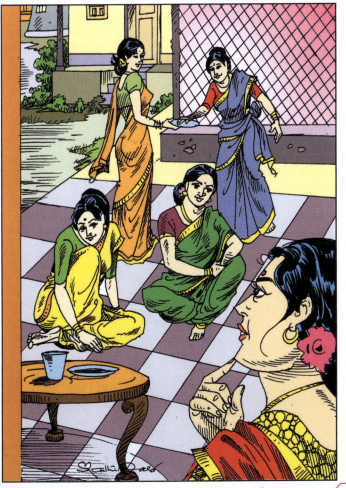

"మహారాజా! ఒక దొంగ కేవలమూ డబ్బు కోసమే ఒక యింట దొంగతనం చేశాడనుకోండి. వాడు దొంగిలించిన సంచిలో డబ్బు మాత్రమే ఉంటే వాడు మామూలు దొంగ అవుతాడు. అందులో రహస్య రాజకీయపత్రాలు కూడా ఉంటే రాజద్రోహి అవుతాడు. నిజం ఎలా తెలుసుకోవడం?" అని శారద భర్త అడిగాడు.

"ఈ మాట ఎందుకు చెబుతున్నావు?" అని రాజు అడిగాడు. "మీరు రాజద్రోహి అనుకునే వ్యక్తి నిజంగా రాజద్రోహి కాదు. అతను తన భార్యను నమ్మి రహస్యం చెప్పాడు. ఆమెకు అతిగా మాట్లాడే అలవాటు ఉండడం వల్ల ఆ రహస్యాన్ని దాచలేకపోయింది" అన్నాడు శారద భర్త.

"నేను నమ్మను. ఎంత అతిగా మాట్లాడే వారయినా రహస్యాన్ని దాచలేకపోరు" అన్నాడు రాజు.

"తమరు మన్నించేటట్టుంటే సాహసించి ఒక సూచన చేస్తాను". మహారాణీ గారికి ఏదన్నా రహస్యం చెప్పి చూడండి. మీరు పరీక్ష చేస్తున్నట్టు ఎవరికీ తెలియనివ్వక, నాలుగు రోజులు వేచిచూడండి" అన్నాడు శారద భర్త. అతని మాటల్లో కొంత సబబు ఉన్నట్టు తోచి రాజు అతను చెప్పినట్టే చేశాడు. మహారాణికి కూడా అతిగా వాగే దురలవాటున్న సంగతి అందరికీ తెలుసు. రాజు ఆమెకు చెప్పిన రహస్యం దాగలేదు. రాజు తన తప్పు గుర్తించి, గౌరి భర్తను చెర విడిపిస్తూ, భార్య విషయంలో జాగ్రత్తగా ఉండమని హెచ్చరించాడు. అంతేగాక, అతివాగుడు వల్ల కలిగే అనర్థాలను గురించి శిలాశాసనాలు దేశమంతటా వేయించాడు. తన భర్తకు విముక్తి కలిగాక గౌరి శారదకు ఎన్నో విధాలుగా కృతజ్ఞతలు చెప్పుకుని "నువ్వు నాకు ఎన్నో ఉపకారాలు చేసినా కూడా, "మేం నిన్ను గురించి నిందా పూర్వకంగా మాట్లాడుకోవటం మానలేదు. ఎందువల్ల నంటావు?" అని అడిగింది.

"అతిగా మాట్లాడటమే అందుకు కారణం. మాట్లాడ డానికి ఏదో ఒక విషయం కావాలి గద. ఏదీ దొరక్కపోతే, తెలిసినవాళ్ళను గురించి చెడ్డగా మాట్లాడుకోవటం మొదలు పెడతారు. అందువల్ల అకారణంగా ద్వేషాలు పెరుగుతాయి" అన్నది శారద. గౌరికి జ్ఞానోదయమయింది. ఎక్కువగా మాట్లాడక పోవటం వల్లనే శారద ఎన్నో విద్యలలో ఆరితేరిందని గ్రహించి, ఆమె తన అతివాగుడుని కట్టిపెట్టి, శారద దగ్గర ఎన్నో విద్యలు నేర్చుకున్నది.

8. దేవుడికంటే గొప్పవాడు

మనదేశంలో అరణ్యప్రాంతాలలో కర్షక గ్రామాలు విస్తరించే కాలంలో రత్నాకరదేశాన్ని మణికంఠుడనే రాజు సమర్థతతో పరిపాలించేవాడు. ఆయన పరిపాలనా దక్షత ఫలితంగా ఆ రాజ్యం నాలుగు దిక్కులా బాగా విస్తరించింది.

మారుమూలల నివసించే ప్రజల కష్టసుఖాలను కేంద్రంలో వున్న రాజు విచారించటం కష్టసాధ్యమయింది. ఈ సమస్యను గురించి మణికంఠుడు మంత్రులతో విచారించగా, దేశాన్ని నాలుగు ప్రాంతాలుగా విభజించి, నాలుగు ప్రాంతాలనూ పాలించటానికి దక్షత గల రాజప్రతినిధులను నియమించ మన్నారు.

వెంటనే రాజు తన రాజ్యాన్ని విభజించి, నాలుగు భాగాలకూ నలుగురు విశ్వాసపాత్రులైన రాజప్రతినిధులను నియమించాడు. ఇందువల్ల చాలా మేలు కలిగినట్టు కనిపించింది. నలుగురు రాజప్రతినిధులూ నెల నెలా రాజుకు తమ ప్రాంతంలో వుండే ప్రజలకు గల అసౌకర్యాలను గురించీ, వాటిని తొలగించటానికి తీసుకుంటున్న చర్యలను గురించీ నివేదికలు పంపుతూ వచ్చారు.

రాజప్రతినిధులు రాజుపట్ల భక్తి విశ్వాసాలు కలవారనటానికి సందేహం లేదు. కాని అందువల్లనే కొన్ని చిక్కులు బయలుదేరాయి. వారిలో ప్రతి ఒకడూ తన రాజ్యభాగం మిగిలిన మూడింటికన్నా ఉన్నతంగా తయారుకావాలని తమలో తాము పోటీపడ్డారు. ప్రజలను ఉత్సాహపరచటానికి వారు ప్రాంతీయాభిమానాలను రెచ్చగొట్టారు.

రాజ్యం అంతటా ఉన్నవాళ్ళంతా ఒకేజాతి వాళ్ళు కారు. గణ పరిపాలన ఉన్నప్పుడు ఒక జాతి వాళ్ళు మరొక జాతితో చీటికీమాటికీ తగవులాడుకునేవారు.

కాని ఒక పరిపాలన కిందికి వచ్చేసరికి జాతివైరాలు వెనకపడిపోయాయి. కొత్త రాజ ప్రతినిధులు తమలో తాము పోటీలు పడి ఈ జాతి వైరాలు తిరిగి తల ఎత్తటానికి అవకాశం కలిగించారు.

ఇంతేగాక, ఏ ప్రాంతంలో అభివృద్ధి అయ్యే సంపద ఆ ప్రాంతం నుంచి మరొక ప్రాంతానికి పోకుండా రాజప్రతినిధులు కట్టుదిట్టాలు చేశారు. ఉత్తరభాగంలో పత్తి బాగా పండుతుంది.

కాని నేతలో ప్రావీణ్యం గల జాతులు దక్షిణాన ఉన్నాయి. ఒకే రాజ్యంగా వున్నప్పుడు ఉత్తర ప్రాంతపు పత్తి దక్షిణ ప్రాంతపు నేతగాళ్ళకు అందేది. దేశంలో మేలురకం వస్త్రాల ఉత్పత్తి విస్తృతంగా సాగింది.

కాని ఇప్పుడు ఉత్తరప్రాంతపు రాజప్రతినిధి తన ప్రాంతంలో తయారయ్యే పత్తిని దక్షిణానికి పోనివ్వక, తన ప్రాంతంలో వారినే నేత నేర్చుకోమన్నాడు. ఈ పరిస్థితిలో దక్షిణప్రాంత రాజప్రతినిధి, ఇతర పంటలు చక్కగా పండే పొలాలలో పత్తి పండించసాగాడు.

ఈ విధంగా మంచి నేతగాళ్ళున్న చోట మంచి పత్తి లేకుండానూ, మంచి పత్తి ఉన్నచోట మంచి నేతగాళ్ళు లేకుండానూ పోయి, వస్త్రాల నాణ్యత బాగా దెబ్బతిన్నది.

ఇదే దుర్గతి లోహపరిశ్రమలకూ పట్టింది. దేశానికి తూర్పున మంచి గనులున్నాయి. పడమట నిపుణులైన లోహకారులున్నారు.

కాని తూర్పుప్రాంతపు రాజప్రతినిధి లోహాలను పడమరకు పోకుండా చేసి, లోహకారులను తన ప్రాంతంలోనే అభివృద్ధి చేసే ప్రయత్నం చేశాడు. పడమట ఉన్న రాజప్రతినిధి గత్యంతరం లేక పొరుగుదేశాల నుంచి డబ్బు పోసి లోహాలను కొనుక్కున్నాడు.

కేంద్రంలో ఉన్న రాజుకు రాజప్రతినిధులు పంపే నివేదికలు చూస్తే, వారంతా దేశాన్ని అభివృద్ధిలోకి తేవటానికి శక్తివంచన లేకుండా పాటుపడుతున్నట్టు కనిపించేది. వాళ్ళ చర్యలన్నీ సమంజసంగానే ఉన్నాయి. కాని దేశం అభివృద్ధి చెందటం లేదని ఆయనకు తెలుసును.

రాజప్రతినిధులను ఏర్పాటు చేసి అయిదేళ్ళు అయింది. దేశం వెనకటిలాగా అభివృద్ధి కాకపోగా, పూర్వం ఉండిన అభివృద్ధి క్రమంగా క్షీణించి, చివరకు స్తంభించిపోయింది. దీనికి కారణం తెలుసుకోగోరి మణికంఠుడు రాజధానిలో మూడు రోజుల పాటు ఉత్సవాలు ఏర్పాటు చేసి, అందులో రకరకాల గోష్ఠులు ఏర్పాటు చేశాడు.

ఒక గోష్ఠిలో వర్తకులు ప్రసంగిస్తూ, గడచిన అయిదేళ్ళలో దేశంలోని వర్తకం చాలా అభివృద్ధి అయిందన్నారు. అలాగే పరిశ్రమల వాళ్ళూ దేశమంతటా పరిశ్రమలు బాగా పెరిగాయన్నారు. ఇదంతా వింటున్న రాజుకు ఈ పెరుగుదలను చూసి సంతోషించాలో దేశం అభివృద్ధి కాకపోవటానికి చింతించాలో తెలియలేదు. ఒకరోజు పండితగోష్ఠి కూడా జరిగింది. ఆ గోష్ఠిలో శశిభూషణుడనే పండితుడు అసాధారణ ప్రజ్ఞ చూపి, రాజు గారి నుంచి బహుమానం పొందాడు.

బహుమానం ఇస్తూ రాజు శశిభూషణుడితో, "పాండిత్యానికి సంబంధించిన విషయం కాదు గాని, నన్ను చాలాకాలంగా ఒక ప్రశ్న బాధిస్తున్నది. దానికి సమాధానం ఇవ్వగలరా?" అన్నాడు. "అడగండి, శక్తికొద్దీ ప్రయత్నిస్తాను" అన్నాడు శశిభూషణుడు.

"ఈ ప్రపంచాన్ని దేవుడు సృష్టించాడు. అందుచేత దేవుడే అందరికన్నా గొప్పవాడంటాం. కాని దేవుడి కన్నా గొప్పవారు ఎవరైనా ఉన్నారా?" అని రాజు అడిగాడు.

"లేకేం. దేవుడికన్న గొప్పవాడు మనిషి" అన్నాడు శశిభూషణుడు. రాజు తెల్లబోయి, "సమాధానం చెప్పగానే మీ బాధ్యత తీరదు. అది సరి అయినదని నిరూపించుకోవాలి" అన్నాడు. శశిభూషణుడు వినయంగా, "నేను అనుభవంతో ఈ సమాధానం చెప్పాను. మహారాజా! దేవుడు నా నుదుట పాండిత్యం సంపాదించమని రాశాడు. దాని ఆధారంగా నేను ఉత్తర ప్రాంతంలో బోధకుడిగా యువకులకు విద్య చెబుతూ ఉండేవాణ్ణి. కాని నేను తూర్పు ప్రాంతానికి చెందినవాణ్ణి కావటం చేత నా ఉద్యోగం ఊడింది.

అందుచేత నేను నేర్చుకున్న విద్యను నలుగురికి పంచి ఇచ్చే పని మానుకుని, ప్రస్తుతం వ్యవసాయం చేసుకుని జీవిస్తున్నాను. దేవుడు గీసిన గీతను మనిషి చెరిపేశాడు. ఇద్దరిలో ఎవరు గొప్పో తమరే చెప్పండి" అన్నాడు. శశిభూషణుడి మాటలతో రాజుకు కనువిప్పు అయింది. ఏకరాజ్యంగా ఉండవలసినది నాలుగు చిన్నదేశాలుగా మారిపోయింది.

దీన్ని గురించి రాజు తిరిగి మంత్రులతో చర్చించాడు. మంత్రులు ఈ సమస్యను క్షుణ్ణంగా చర్చించి, "మహారాజా, పెద్ద రాజ్యాన్ని చిన్న ఖండాలుగా విభజించటంలో తప్పు లేదు. ప్రాంతీయ దురభిమానాలు పెరగటానికి కారణం, ఏ ప్రాంతపు రాజప్రతినిధి ఆ ప్రాంతం వాడు కావటమే.

రాజప్రతినిధులు దుర్మార్గులూ, అసమర్థులూ అనటానికి కూడా లేదు. కాని ఒక ప్రాంతం వాణ్ణి మరొక ప్రాంతానికి రాజప్రతినిధిగా వేస్తే ఈ దుస్థితి కలిగేది కాదు. వారికి స్థానచలనం కలిగించండి. సమస్య పరిష్కారమవుతుంది.

ప్రజలు తామంతా ఒక దేశం పౌరులమేనని తెలిసి మసులుకుంటారు. వివిధ ప్రాంతాల మధ్య పోటీ పోయి సఖ్యత ఏర్పడుతుంది" అన్నారు. రాజు అలాగే చేసి దేశం అభ్యున్నతిని సాధించేటట్టు చేశాడు.

౨. తగిన సలహాలు

ఒకానొకప్పుడు కోసలదేశాన్ని ఏలిన ప్రచండుడు ప్రజలకు ఏ లోటూ లేకుండా పాలించాడు. ఆయన గుండెపోటు వల్ల అర్థాంతరంగా మరణించటం చేత, ఇంకా విద్యాభ్యాసం కొనసాగిస్తున్న ప్రచండుడి కుమారుడు సుకుమారుడు దేశానికి రాజు కావటం జరిగింది.

అన్ని రకాల విద్యలూ ముగించినాకనే రాజనీతి యువరాజుకు నేర్పటం కోసల దేశపు ఆచారం. కానీ సుకుమారుడు రాజ గురువు వద్ద శిక్షణ పొందక పూర్వమే రాజు అయ్యాడు. అతనికి అన్ని విద్యలూ నేర్పిన వాడు సుమతి. సుమతి గొప్ప విద్యావేత్త మాత్రమే గాక గొప్ప తత్త్వవేత్త కూడానూ. రాజయినప్పుడు సుకుమారుడికి సుమతి కొన్ని సలహాలిచ్చాడు.

"మనిషికి ముఖ్యమైనది మనస్సు. దాన్ని ఎల్లప్పుడూ స్వచ్ఛంగా ఉంచుకోవాలి. తప్పు పనులను గురించి నిత్యమూ ఆలోచిస్తూ, వాటిని చేయకుండా ఉండటం కంటె, ఒకసారి తప్పుచేసి శాశ్వతంగా మనసును శుభ్రం చేసుకోవటం మంచిది.

"ప్రతి మనిషికీ అహం ఉంటుంది. అందువల్ల తానే గొప్పవాడి ననుకుంటాడు. ఎదుటివాడి గొప్పతనాన్ని గుర్తించినవాడే నిజంగా గొప్పవాడు. అటువంటి వాళ్ళనే రాజు చేరదీయాలి.

"మనుషులు రెండే రెండు రకాలు – మంచివాళ్ళూ, చెడ్డవాళ్ళూ. దేశంలో చెడ్డవాళ్ళను నశింపజేసి, మంచివాళ్ళు మాత్రమే ఉండేలా చెయ్యడం రాజు కర్తవ్యం.

"మనం ఏది సంకల్పించినా, భగవంతుడి సహకారం లేకపోతే ఏ పనీ జరగదు. భగవంతుడి సహకారం ఉంటే మనం సంకల్పించని పని కూడా దానంతట అదే జరిగిపోతుంది".

ఈ సలహాలు విని సుకుమారుడు తనకు రాజనీతి అంతా తెలిసిపోయిందను కున్నాడు. ఒక్క సంవత్సరం లోపల ఆతను విలాస పురుషుడుగా తయారయ్యాడు.

ప్రచండుడి పరిపాలన చూసిన ప్రజలకు ఇతని పరిపాలన చాలా అసంతృప్తి కలిగించింది. వాళ్ళు అనేకరకాల ఇబ్బందు లకు గురికాసాగారు.

రెండు సంవత్సరాలు గడిచేసరికి రాజ్య పరిస్థితి అస్తవ్యస్థంగా తయారయింది. కోసలదేశం ఆర్థికంగానూ, సైనికంగానూ కూడా బలహీనమైనదని పుకార్లు బయలుదేరి, పొరుగు దేశపు రాజు కోసలను జయించ డానికి సైనిక సన్నాహాలు చేస్తున్నట్టు తెలిసింది.

ఇది విని సుకుమారుడు సుమతి వద్దకు వెళ్ళి, "గురువర్యా, అన్నీ మీ సలహా ప్రకారమే చేస్తున్నాను. కాని పరిపాలన సక్రమంగా ఉన్నట్లు కనబడదు. నాకు కలవరంగా ఉన్నది" అన్నాడు.

"నేను చెప్పినట్లు నువ్వు చెయ్యలేదు. విలాసపురుషుడివై పోయావు" అన్నాడు సుమతి విసుగుగా.

"పాపపు ఆలోచనలను మనసులో పెట్టుకోకుండా, ఆచరణలో పెట్టి, వాటి నుండి మనసుకు విముక్తి కలిగించాలని మీరే కదా చెప్పారు?

మద్యపానం నుంచీ, స్త్రీల నుంచీ నా మనసు ఇంకా విముక్తి పొందలేదు" అన్నాడు సుకుమారుడు.

ఈ మాట విని సుమతి కంగారుపడ్డాడు.

తన సలహా ఇలాటి విపరీతానికి దారితీస్తుందని ఆయన ఊహించలేదు.

ఏం చెయ్యాలో తోచక ఆయన రాజగురువు కోసం కబురు పెట్టాడు.

ఇంతకాలానికి రాజగురువూ, సుకుమారుడూ కలుసుకున్నారు.

రాజగురువు సుమతికి ఏర్పడిన సమస్య గురించి విని, చిన్నగా నవ్వి, "చూడండి! మీరు సుకుమారుడికి ఇచ్చిన సలహాలు చాలా గొప్పవే గాని, అవి వేదాంతులకు తప్ప సామాన్యులకు పనికిరావు.

ప్రజాపాలన చేయవలసిన యువకుడికి అసలే పనికి రావు" అని సుకుమారుడి కేసి చూసి, "రాజుకు ప్రధానమైనది మనసును శుభ్రంగా ఉంచుకోవడం కాదు, నిదానంగా ఆలోచించడం.

విపరీతమైన కోపం వచ్చి నువ్వు ఒక మనిషిని చంపేశావనుకో. రాజువు కాబట్టి నీకు అడ్డు ఉండదు. ఆ మనిషిని చంపేసి నీ మనసును శుభ్రం చేసుకుంటావు. కాని తర్వాత ఎంత కోరినా ఆ మనిషిని తిరిగి బ్రతికించలేవు. అందుచేత నువ్వు నీ ప్రవర్తనను బాగా అదుపులో పెట్టాలి" అన్నాడు.

రాజగురువు చెప్పిన దానిలోని సత్యం సుకుమారుడికి అర్థమయింది. రాజు కావలసినవాడికి సలహాలిచ్చే శక్తి తనకు లేదని సుమతి గ్రహించి, క్షమాపణ చెప్పుకుని వెళ్ళిపోయాడు.

తరువాత రాజగురువు సుకుమారుడితో, "నువు రాజువు. అధికారంలో ఉన్నావు. తెలివైనవాడెవడూ నిన్ను ఎదురుగా తిట్టడు.

నీ నుంచి బహుమానం పొందడం కోసం ఎందరో నిన్ను ఇంద్రుడివనీ, చంద్రుడివనీ పొగుడుతారు. వాళ్ళంతా నీ గొప్పతనం గ్రహించినవాళ్ళు అనుకుని చేరదీయడం తెలివి తక్కువ. వాళ్ళందరూ రాజభక్తి గలవాళ్ళు కారు. అసలైన రాజభక్తుణ్ణి నీకు చూపిస్తాను. ఈ రాత్రి అతని ఇంటికి మనం మారువేషాలలో వెళ్ళుదాం" అన్నాడు.

ఆ రాత్రి వాళ్ళిద్దరూ మారువేషాలలో ఒక పేద బ్రాహ్మణుడి ఇంటికి వెళ్ళారు. పొరుగూరివారిమని చెప్పగానే ఆ బ్రాహ్మణుడు వారికి ఆ రాత్రి తన ఇంట ఆశ్రయంతోబాటు ఆతిథ్యం కూడా ఇచ్చాడు.

మాటల సందర్భంలో రాజగురువు దేశ పరిస్థితిని గురించి ప్రస్తావించాడు. వెంటనే బ్రాహ్మణుడు ఆవేశపడిపోయి దేశపు రాజును నానా మాటలూ అన్నాడు.

ఆ బ్రాహ్మణుడు తనను ప్రచండుడి కడుపున చెడ బుట్టాడనీ, చేతకాని వాడనీ, ప్రజలను నానా కష్టాలూ పెడుతున్నాడనీ నిందిస్తూంటే, సుకుమారుడు ఎంతో కష్టం మీద తన కోపాన్ని అణుచుకున్నాడు. ఒక రాత్రివేళ రాజగురువూ, సుకుమారుడూ ఆ బ్రాహ్మణుడి ఇంటి నుంచి బయటపడ్డారు.

సుకుమారుడు రాజగురువుతో, "ఈ బ్రాహ్మణుణ్ణి నేను ఎరుగుదును. రోజూ ఆస్థానానికి వస్తాడు. అందరూ నన్ను పొగిడి సంభావన తీసుకుపోతారు. ఇతగాడు ఏమీ మాట్లాడడు. అందుచేత ఇతనికేమీ సంభావన ఇవ్వరాదని నేను ఆదేశించాను. ఎందుకో ఇతను నా మీద బాగా కోపం పెంచుకున్నట్లున్నాడు. నోటికి వచ్చినట్లు మాట్లాడాడు. మీరు పక్కన లేకపోతే ఇతన్ని ఏంచేసి ఉందునో!" అన్నాడు.

"రేపు మళ్ళీ మారువేషాలలో వెళ్ళి, ఏం జరుగుతుందో చూద్దాం" అన్నాడు రాజగురువు. మర్నాడు వాళ్ళిద్దరూ మళ్ళీ రాగానే ఆ బ్రాహ్మణుడు వారికి మర్యాద చేసి, "అర్ధరాత్రివేళ వెళ్ళిపోయారు. కారణం ఏమిటి నా ఆతిథ్యంలో లోపమేమీ జరగలేదు కదా?" అని అడిగాడు.

వెంటనే రాజగురువు ఆ బ్రాహ్మణుడికి సుకుమారుణ్ణి పరిచయం చేస్తూ, "ఇతను ఈ దేశానికి ప్రభువు. తనను అన్ని మాటలన్నవాడి ఇంట నిద్రపట్టక, వెళ్ళిపోదామని" అన్నాడు. సుకుమారుడు మారువేషం తొలగించాడు. బ్రాహ్మణుడు కంగారుగా లేచి నిలబడి, "తమరు ప్రభువులని తెలియక నిన్న అన్ని మాటలన్నాను. నన్ను మన్నించాలి. పేద బ్రాహ్మణుణ్ణి. మర్యాదలన్నా సరిగా చేయలేకపోయాను" అన్నాడు రాజుకు ఒక ఆసనం వేస్తూ.

రాజగురువు నవ్వి, "ఎందుకయ్యా! వెర్రి బ్రాహ్మణుడా? నువ్వు ఎన్ని మర్యాదలు చేసినా రాజు మనసు మారదు. నువ్వు ఎలాగూ శిక్ష అనుభవించవలసి ఉంటుంది" అన్నాడు.

బ్రాహ్మణుడు తొణకక, "శిక్షకు భయపడి నేనీ మర్యాద చెయ్యటం లేదు. నా దేశాన్ని ఏలే రాజంటే వ్యక్తిగతంగా నేను ఇష్టపడకపోవచ్చు. కాని ఆ స్థానాన్ని నేను ఎప్పుడూ గౌరవిస్తాను. ఆయన ఎన్ని తప్పులు చేసినా ఆ స్థానంలో ఉన్నంతకాలమూ నేను ఆయనను గౌరవిస్తాను.

నా దేశపు రాజుకు అమర్యాద చేయడం నన్ను నేను కించపరచుకోవడమే! ఆయనలో మార్పు రావాలని కోరుతూ, ఆయనను ఆశీర్వదించడానికి నేను రోజూ ఆస్థానానికి వెళ్ళుతాను. అయితే ఆయనలో లేని గుణాలు ఉన్నట్టుగా పొగడను. అందుకే నాకు సంభావన కూడా ముట్టదు. అయినా తర తరాలుగా వస్తున్న ఈ వంశాచారం నేను వదలటం లేదు" అన్నాడు.

ఈ మాటలతో సుకుమారుడికి కనువిప్పు కలిగింది. అక్కడి నుంచి బయటపడ్డాక రాజగురువు, "అసలైన రాజభక్తుణ్ణి చూశావు గదా! అలాటివాడు పొగడినప్పుడే నువ్వు సంతోష పడాలి. మిగిలినవాళ్ళ పొగడ్తలు ఉత్తమాటలే" అన్నాడు.

తరువాత రాజగురువు సుకుమారుడితో, మనిషి మంచివాడైనా, చెడ్డవాడైనా, ప్రతివాడి నుంచీ నేర్చుకోవలసినది ఉంటుందనీ, రాజు అందరి నుంచీ నేర్చుకోవటానికి ప్రయత్నిం చాలనీ అన్నాడు. ఈమాట సుకుమారుడికి అసందర్భంగా తోచి, "మన కారాగారంలో ఎందరో నేరస్థులున్నారు. అటువంటివాళ్ళ దగ్గర నేను ఏం నేర్చుకోవలసి ఉంటుంది?" అన్నాడు.

మర్నాడు రాజగురువు అతన్ని కారాగారానికి తీసుకు పోయాడు. అక్కడ ఉన్న నేరస్థులలో ఒకడు గుర్రాల దొంగ. అతిలాఘవంగా ఏ గుర్రాన్నయినా లొంగదీసుకుని క్షణాల మీద మాయమైపోతాడు.

"ఇతడి వద్ద గుర్రాల దొంగతనం నేర్చుకోవలసి ఉంటుందా?" అని సుకుమారుడు వెటకారంగా అడిగాడు.

"కాదు, కాని ఎంత కొత్త గుర్రాన్ని అయినా ఎలా లొంగదీసుకోవాలో నేర్చుకోవాలి. క్షణాల మీద మాయం కాగల గుర్రపుస్వారీ నైపుణ్యం నేర్చుకోవాలి" అన్నాడు రాజగురువు గంభీరంగా.

అలాగే, ఎన్నోసార్లు రాజుగారి కోశాగారంలో జొరబడి డబ్బు కాజేసిన దొంగ దగ్గర పటిష్టమైన కాపలా వున్న భవనాలలో ప్రవేశించే విద్య నేర్చుకోవాలని రాజగురువు అన్నాడు. అలాగే ఆయన ప్రతి నేరస్థుడి నుంచీ నేర్చుకోవలసినది ఏదో ఒకటి వున్నదని చెబుతూ వచ్చాడు.

ఆఖరికి ఒక నేరస్థుణ్ణి చూపుతూ కారాగారాధికారి, "ఇతణ్ణి అసహ్యించుకోనివాళ్ళు లేరు. తనకు మేలు చేసినవారికి కూడా కీడు చేస్తాడు. కృతజ్ఞత అనేది ఏ కోశానా లేదు. ఏ క్షణాన ఏది తోస్తే అది చేసేస్తాడు. ఇతని మూలాన ఎందరో స్త్రీలు మానం కోల్పోయారు. ఎందరో మనుషులు ప్రాణాలు కోల్పోయారు" అన్నాడు.

"ఇలాటివాడి వద్ద నేర్చుకోవలసినది ఏముంటుంది?" అని సుకుమారుడు అడిగాడు.

"మనిషి ఎలా ప్రవర్తించకూడదో ఇతడి నుంచి నేర్చుకోవచ్చు" అన్నాడు రాజగురువు. వెంటనే సుకుమారుడు చేతులు జోడించి, "మీరు చెప్పినవన్నీ అక్షరాలా నిజం" అన్నాడు.

"ఇంకా అయిపోలేదు. ఈ నేరస్థులందరికీ ఈ కాపలా ఎందుకు?" అని రాజగురువు అడిగాడు.

"వీళ్ళు తప్పించుకుపోతే ప్రజలకు అపాయం గదా! అందుకని" అన్నాడు సుకుమారుడు.

"మనం ఏం చేద్దామన్నా భగవంతుడి సహకారం అవసరం కదా! మంచిపనికి భగవంతుడి సహకారం ఉంటుంది కదా! నేరస్థులను కాపలా కాసే భారం భగవంతుడి మీద వెయ్యక, మనుష్యుల మీద ఎందుకుంచావు?" అని రాజగురువు అడిగాడు. ఇది కఠినమైన ప్రశ్నగా తోచి సుకుమారుడు జవాబు చెప్పలేదు.

"అంటే, మన ప్రయత్నం లేకుండా భగవంతుడి సహకారం లభించదన్నమాట! అంతేనా?" అని రాజగురువు అడిగాడు. తరువాత సుకుమారుడు రాజగురువు వద్ద ఎన్నో విషయాలు తెలుసుకుని, రాజనీతి అలవరచుకుని, తండ్రిని మించిన కొడుకు అనిపించుకునేలాగా రాజ్యం చేశాడు.

10. కనువిప్పు

రామాపురం అనే గ్రామంలో బాపన్న అనే ఒక ధనికుడు ఉండేవాడు. అవసరానికి మించిన ఐశ్వర్యమూ, అనుకూలవతి అయిన భార్య ఉండటాన ఆయన జీవితం చాలాకాలంపాటు ఆనందంగా గడిచింది. లేకలేక కొడుకు పుట్టి, వాడు పెరగటం ఆరంభమయ్యేసరికి ఆయనకు పెద్ద సమస్య ఎదురయింది. బాపన్న కొడుకు నారాయణ చిన్నతనం నుంచీ పెంకిఘటం. చిన్నపిల్లవాడు గదా అని బాపన్న వాడి విషయం కొంతకాలంపాటు ఉపేక్ష చేస్తూ వచ్చాడు. కాని వయసు వస్తున్న కొద్దీ నారాయణ కొరకరాని కొయ్య అయిపోయాడు.

ఎవరిమాటా వాడికి లక్ష్యం లేదు. పదేళ్ళు వచ్చాయి గాని వాడికింకా ఓనమాలైనా రావు. వాడి ధ్యాస ఆటలపై నుంచి చదువు మీదికి మళ్ళించటానికి బాపన్న ఎన్నో ప్రయత్నాలు చేశాడు. కాని లాభం లేకపోయింది. ఒక్కగానొక్క కొడుకు! వాణ్ణి ఆయన ఏమీ అనలేదు. వాడి భవిష్యత్తు గురించిన ఆలోచనలతో ఆయనకు తీరని బెంగ పట్టుకున్నది.

ఇలా ఉండగా, బాపన్న ఇంటికి సమస్త శాస్త్రాలూ, సకల విద్యలూ తెలిసిన విద్యానాధుడు అనే మహానుభావుడు వచ్చాడు. ఒకప్పుడు బాపన్న ఆయన వద్ద విద్యాభ్యాసం చేశాడు. తన పూర్వ విద్యార్థిని చూసిపోదామని ఆయన ఇప్పుడు వచ్చాడు. ఆయనతో బాపన్న తన కొడుకు గొడవ చెప్పుకున్నాడు.

విద్యానాధుడు నవ్వి "చిన్నతనంలో మితిమీరిన గారాబం చెయ్యటం చేత పిల్లలు ఇలాగే చెడిపోతారు. నేనిక్కడ ఒక వారంరోజులుండి, మీ అబ్బాయిని దారిలో పెట్టగలనేమో చూస్తాను" అన్నాడు. ఆరోజు సాయంత్రం ఆయన నారాయణతో కాసేపు మాట్లాడాడు. వాడికి కొత్తవాళ్ళంటే బెరుకులేదు. పెద్దవాళ్ళంటే గౌరవం లేదు. తనకు ఆటలంటే ఇష్టమని నారాయణ ఆయనకు చెప్పాడు.

"నువ్వు ఎలాంటి ఆటలు ఆడతావో నాకు చూడాలని ఉన్నది. నీ ఆటలు బాగుంటే నేను కూడా ఆడతాను. చదువుకోమని ఇక మీ నాన్న నిన్ను వేధించకుండా చూస్తాను" అన్నాడు విద్యానాధుడు. ఈ మాటతో నారాయణకు ఉత్సాహం కలిగింది. వాడు ఆయనతో "నేను ఇంట్లో ఆడేవి ఆటలే కావు. నా అసలు ఆటలు చూడాలంటే ఊరి బయట కొండ మీదికి రావాలి" అన్నాడు.

విద్యానాధుడు "అలాగే పోదాం. పద!" అన్నాడు. ఇద్దరూ కలిసి ఊరి చివర కొండకు పోతూంటే, దారిలో తగిలిన అనేకమంది గ్రామస్థులు విద్యానాధుడికి పడీ, పడీ దణ్ణాలు పెట్టారు. అది చూసి నారాయణ చాలా ఆశ్చర్యపడి, వాళ్ళు అలా దణ్ణాలు పెట్టటానికి కారణమేమిటని విద్యానాధుణ్ణి అడిగాడు.

"అది తరువాత చెబుతాను. ముందు నీ ఆటలు చూడనీ!" అన్నాడు విద్యానాధుడు. కొండ దగ్గర చాలామంది పిల్లలు రకరకాల ఆటలు ఆడుకుంటున్నారు. నారాయణను చూడగానే ఎంతో ఉత్సా హంతో కేకలు వేస్తూ ముందుకు రాబోయిన పిల్లలు, వాడి పక్కన విద్యానాధుణ్ణి చూసి వెనక్కు తగ్గారు.

"ఫరవాలేదు! ఈయన మన ఆటలు చూస్తాట్ట! రండి. మనం ఆడుకుందాం" అని నారాయణ వాళ్ళకు ప్రోత్సాహం ఇచ్చాడు. తర్వాత పిల్లలంతా కలిసి ఏవేవో ఆటలు ఆడుకున్నారు.

లోపల చిరాకు అనిపించినా విద్యానాధుడు అవన్నీ ఓపికగా చూశాడు. కొంతసేపు గడిచాక ఆయన నారాయణను పిలిచి, "ఇందాక చాలామంది నాకు నమస్కారాలు చెయ్యడం గురించి అడిగావు. నీకు కూడా అలా గౌరవం పొందటం ఇష్టమేనా?" అని అడిగాడు.

"ఇష్టమే! కానీ అందుకు ఏం చెయ్యాలి?" అని నారాయణ ఎదురు అడిగాడు.

"బహుశా ఈ ఆటలు మానవలసి ఉంటుంది. నువ్వు ఆ పని చేసేటట్టుంటే, నిన్ను అందరూ గౌరవించేలాగా నేను చెయ్యగలను. ఏమంటావు?" అన్నాడు విద్యానాధుడు.

"నేను ఆటలు మానేస్తానే అనుకుందాం. మీరు నాకు గౌరవం కలిగేటట్టు చెయ్యగలరని ఏమిటి?" అని నారాయణ నిర్లక్ష్యంగా అడిగాడు.

"ఈ ప్రపంచంలో నాకు అసాధ్యమంటూ లేదు. నేను తలుచుకున్నానంటే, ఎవరికైనా, దేనికైనా గౌరవం లభించి

తీరుతుంది!" అన్నాడు విద్యానాథుడు గర్వంగా ముఖం పెట్టి. నారాయణ వెటకారంగా నవ్వుతూ, అటూ ఇటూ చూసి, కొంచెందూరంలో నేలమీద పడివున్న నల్లరాతిని కాలితో విద్యానాథుడి కేసి తోస్తూ, "చెప్పండి. ఈ రాయికి కూడా గౌరవం కలిగిస్తారా?" అని అడిగాడు.

విద్యానాథుడు తొణకకుండా, "ఈ రాయికి ఎలా ప్రతిష్ఠ కలిగిస్తానో రేపు నువ్వే చూస్తావు" అని రాయి తీసుకుని, అక్కడి నుంచి వెళ్ళిపోయాడు. "ఎవరో పిచ్చివాడిలా ఉన్నాడు?" అని పిల్లలందరూ నవ్వుకున్నారు.

నారాయణ మటుకు, విద్యానాథుడు రాయి తీసుకు పోవడం చూసి, కాస్త ఆశ్చర్యపడ్డాడు. మర్నాడు నారాయణ నిద్రలేచేసరికి, ఇంటి నడవలో చాలా హడావుడిగా వున్నది. అదేమిటో తెలుసుకుందామని వాడు అక్కడికి వెళ్ళేసరికి, ఒక బల్ల మీద జీవకళ ఉట్టిపడే కృష్ణ విగ్రహం ఉన్నది. జనం ఒక్కొక్కరే వచ్చి, దానికి నమస్కారం చేసిపోతున్నారు. విద్యానాధుడు అక్కడే నిలబడి ఉండి, నారాయణను చూడగానే బయటికి రమ్మని సైగ చేశాడు. "నిన్న నువ్వు కాలితో తన్నిన రాయినే ఆ విగ్రహంగా మలిచాను. అందరూ దానికి నమస్కారాలు చేస్తున్నారు. ఇప్పటికైనా నా శక్తిపై నీకు నమ్మకం కలిగిందా?" అని ఆయన నారాయణను అడిగాడు.

నారాయణ ముఖం చిట్లించి, "రాయి కాబట్టి మీరు చెప్పినట్టు విని, మీకు లొంగింది. నేనంత సులభంగా మీకు లొంగను. పదిమందీ నన్ను గౌరవించేటట్టు చెయ్యడం మీవల్ల కాదు" అన్నాడు.

విద్యానాథుడు వెటకారంగా నవ్వి, "వెర్రివాడా! నిన్ను అందరూ గౌరవించేలా చెయ్యలేకపోతే అందువల్ల నాకు వచ్చే అవమానమేమీ లేదు. నీకన్నా ఆ రాయే నయమని పదిమందీ నిన్ను గురించే అనుకుంటారు. ఆ మాట గుర్తుంచుకో" అన్నాడు.

ఆ మాటలతో నారాయణకు కనువిప్పు కలిగింది. ఆ తరువాత వాడు తండ్రితో చెప్పి, విద్యానాథుడి వెంట విద్యాభ్యాసానికి వెళ్ళిపోయాడు.

11. పనికిమాలిన ప్రోత్సాహం

పల్లవరం గ్రామంలో రామయ్య అనే ధనికుడు ఉండేవాడు. అతని తల్లి ప్రవర్తన వింతగా ఉండేది. ఆమెకు బిచ్చగాళ్ళంటే అమిత అసహ్యం. కాని ఆమె ఇద్దరు కుర్ర బిచ్చగాళ్ళకు రోజూ రెండుపూటలా తిండి పెడుతూండేది.

ఇది గమనించి రామయ్య తన తల్లి ప్రవర్తనకు కారణం అడిగాడు. ఆ కుర్రవాళ్ళ తాతముత్తాతలు మంచి ధనికులనీ, రామయ్య తాత చేసిన దుర్మార్గం వల్ల వాళ్ళ కుటుంబం పూర్తిగా చితికిపోయి, వాళ్ళు దరిద్రులయ్యారని రామయ్య తల్లి చెప్పింది.

ఇది విన్న రామయ్య గుండె ద్రవించింది. తమ కుటుంబం వల్ల ఆ కుర్రవాళ్ళకు జరిగిన అన్యాయం సరికావాలని, అలా చేసే బాధ్యత తన మీద ఉన్నదని ఆయన అనుకున్నాడు.

వెంటనే రామయ్య ఆ కుర్రవాళ్ళ తల్లిని చూడబోయాడు. ఆమె చాలా దీనస్థితిలో వున్నది. తన బిడ్డలు చాలామంది వైద్యసహాయం లేక పోయారని, ఈ ఇద్దరు కొడుకులు మాత్రమే బ్రతికి బట్టకట్టారని ఆమె చెప్పింది. ఆమె అడుక్కుని బతుకు తున్నది.

రామయ్య ఆమెను అడుక్కోవటం మానమని చెప్పి కొంత డబ్బు ఇచ్చాడు. నెలనెలా ఆమెకు కావలసిన డబ్బు ఇస్తాననీ, ఆమె కొడుకులను చదివించి ప్రయోజకులను చేస్తానని మాట ఇచ్చాడు.

కుర్రవాళ్ళలో పెద్దవాడి వయసు తొమ్మిదేళ్ళు. పేరు శంకరయ్య. రెండోవాడు భీమయ్యకు ఏడేళ్ళు. రామయ్య చేస్తున్న ధన సహాయంతో ఆ ఊళ్ళో ఒక పాఠశాల నడుస్తున్నది. ఆ పాఠశాలలో పనిచేసే ఉపాధ్యాయుడికి రామయ్య కుర్రవాళ్ళను అప్పగించి, వాళ్ళకు చదువు చెప్పమన్నాడు.

అయితే వాళ్ళకు చదువు మీద శ్రద్ధ లేదు. కొద్దిపాటి అక్షరజ్ఞానం కలగటానికి వాళ్ళకు ఏడాది పట్టింది.

ఉపాధ్యాయుడు ఈ మాట చెబితే రామయ్య "పాపం వాళ్ళు పెరిగిన వాతావరణం అంత మంచిది కాదు. వీళ్ళని మిగతా విద్యార్థులతో కలిసి చదవనియ్యండి" అన్నాడు.

అయిదేళ్ళు గడిచాయి. మిగతా విద్యార్థులు చదువు పూర్తి చేసి, ఏవో వృత్తివిద్యలు నేర్చుకోవటానికి వెళ్ళిపోయారు. ఆ పాఠశాలలో వాళ్ళ చదువు ముగిసింది.

"శంకరయ్యా, భీమయ్యా మరో అయిదేళ్ళు చదివితే గాని వాళ్ళ చదువు పూర్తి కాదు" అన్నాడు ఉపాధ్యాయుడు.

"అలా చేస్తే వాళ్ళకు ప్రోత్సాహం ఉండదు. వాళ్ళు పైకిరాలేని వాతావరణంలో పెరిగారు" అన్నాడు రామయ్య.

ఆయన అడిగితే, శంకరయ్య తనకు వైద్యుడు కావాలని ఉన్నట్టు చెప్పాడు. రామయ్య వాణ్ణి ఒక పేరు మోసిన వైద్యుడి వద్దకు తీసుకుపోయి, వాడికి వైద్యశాస్త్రం నేర్పమన్నాడు. వైద్యుడు శంకరయ్యను పరీక్షించి, "ఈ అబ్బాయికి మామూలు చదువే రాదు. బాగా చదువుకోమనండి" అన్నాడు.

"అలా అనకండి. మీరు తలుచుకుంటే వాణ్ణి వైద్యంలో ఉద్ధండుణ్ణి చెయ్యగలరు. వీడికి వైద్యశాస్త్రం నేర్పితే మీకు మంచి బహుమానం ఇస్తాను" అన్నాడు రామయ్య.

వైద్యుడు బహుమానానికి ఆశపడి, తన దగ్గర ఉన్న శిష్యులలో ఒకణ్ణి పంపేసి, వాడి స్థానంలో శంకరయ్యను తీసుకున్నాడు. అలా బయటికి పోయిన శిష్యుడు రామయ్యతో మొరపెట్టుకున్నాడు.

"నీకేం, సంస్కారమున్న ఇంట పుట్టావు. ఎలాగైనా బ్రతకగలవు" అన్నాడు రామయ్య.

భీమయ్య ఇళ్ళు కట్టించే పని నేర్చుకోవాలన్నాడు. రామయ్య వాణ్ణి ఒక వాస్తుశాస్త్ర ప్రవీణుడి వద్దకు తీసుకుపోయి, వాడికి ఆ శాస్త్రం నేర్పమన్నాడు. కాని ఆ ప్రవీణుడు భీమయ్యను పరీక్షించి, వాడికి ఉన్న చదువు చాలదన్నాడు.

"శ్రద్ధగా నేర్పితే ఎవడికైనా ఏ విద్య అయినా వస్తుంది. నేను డబ్బిస్తాను. వాడికి వాస్తుశాస్త్రం నేర్పండి. కాస్త నింపాదిగా నేర్చుకుంటాడు. అంతకన్న ఏముంది?" అన్నాడు రామయ్య. ఇద్దరూ పదేళ్ళపాటు తాము నేర్చుకునేదేదో నేర్చుకున్నారు. రాజుగారి దివాణంలో వాళ్ళకు ఏవైనా ఉద్యోగాలు దొరుకుతాయేమో అని రామయ్య చూశాడు. కాని ప్రయోజనం లేకపోయింది. వైద్యంలోనూ, వాస్తులోనూ కూడా మెరికల్లాటి యువకుల పోటీ హెచ్చుగా ఉన్నది.

అది చూసి రామయ్య రాజుగారిని కలుసుకుని తమ గ్రామానికి ఒక ప్రభుత్వ వైద్యుడూ, భవన నిర్మాతా అవసరంగా

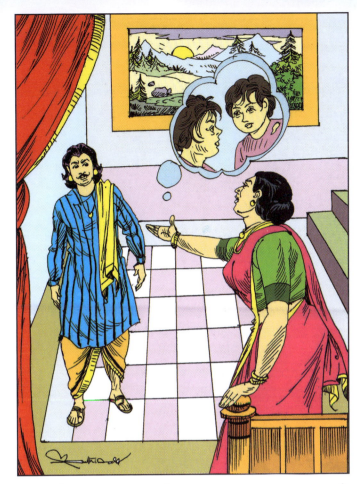

కావాలనీ, ఆ రెండు ఉద్యోగాలూ మంజూరు చెయ్యమనీ వేడుకున్నాడు. రాజుగారు సరేనన్నారు.

రామయ్య తన ఊరికి తిరిగివచ్చి, గ్రామాధికారికి రాజుగారి ఫర్మానా చూపి, ఆ ఉద్యోగాలకు మనుషులు కావాలని చాటింపు వేయమన్నాడు.

చాటింపు విని వైద్యంలోనూ, వాస్తులోనూ మంచి నైపుణ్యం వున్నట్టు సిఫార్సులతో అనేకమంది వచ్చారు. వారితో బాటు శంకరయ్యా, భీమయ్యా కూడా వచ్చారు.

"మనం వెనుకబడిన వాళ్ళకు ప్రోత్సాహం ఇవ్వటం అవసరం. అందుచేత శంకరయ్యను గ్రామవైద్యుడిగానూ, భీమయ్యను భవననిర్మాతగానూ నియమిద్దాం" అన్నాడు రామయ్య గ్రామాధికారితో.

గ్రామాధికారి రామయ్య మాటను కాదనలేకపోయాడు. త్వరలోనే శంకరయ్య వైద్యం గ్రామస్థులకు ప్రమాదకరమని తోచింది. వారి ఫిర్యాదులను రామయ్య పెడచెవిన పెట్టాడు.

చందమామ 40 కథలు-1

పోతే, భీమయ్యకు ఇళ్ళు కట్టించే అవకాశం వెంటనే రాలేదు. అందుచేత రామయ్య అతని చేత తన దొడ్డిలోనే ఒక చిన్న డాబా ఇల్లు కట్టించాడు.

అది చూసి భీమయ్య చేత అందరూ ఇళ్ళు కట్టించు కుంటారని రామయ్య ఉద్దేశం.

ఒకరోజు రామయ్య ఆఖరికొడుకు గోపాలుడు అనేవాడు కొత్త ఇంట్లో తిరుగుతూండగా ఒక భాగం కూలింది. కుర్రాడి మీద ఇటుకలు పడ్డాయి. వాడు పెద్దకేక పెట్టి పడిపోయాడు. కుర్రాణ్ణి వెంటనే శంకరయ్య దగ్గరికి తీసుకుపోయారు.

నాలుగురోజుల పాటు శంకరయ్య చికిత్స చేసినా కుర్రాడు బాగుపడలేదు. వాడే రామయ్య దగ్గరికి వెళ్ళి "బాబుగారూ, అబ్బాయిని మరొక వైద్యుడికి చూపిస్తే బాగుం టుంది" అన్నాడు.

రామయ్య కంగారుగా తన కొడుకును నగరంలో శంకరయ్య గురువు వద్దకు తీసుకుపోయాడు. ఆయన వైద్యంతో గోపాలుడు కోలుకున్నాడు.

కొడుకుని ఇంటికి తీసుకుపోతూ రామయ్య వైద్యుడితో "స్వామి, శంకరయ్యనూ, వాడి తమ్ముణ్ణీ వృద్ధిలోకి రావటానికి ఎంతగానో ప్రోత్సహించి చూశాను. నా ప్రయత్నం బూడిదలో పోసిన పన్నీరు అయింది. కారణం ఏమంటారు?" అన్నాడు.

వైద్యుడు నవ్వి, "మీ ప్రోత్సాహమే వాళ్ళకు ప్రతిబంధక మైంది. దానిమూలంగా వాళ్ళు తమ స్థాయిని పెంచుకునే ప్రయత్నం ఏమీ చెయ్యలేదు. మీరు వాళ్ళకు ప్రోత్సాహం ఇయ్యదలిస్తే ఆర్థికంగా సహాయం చెయ్యవచ్చు. మాటలతో ప్రోత్సహించవచ్చు.

కాని వారి విషయంలో ప్రత్యేకతలు చూపకూడదు. అలా చూపటం వల్ల ప్రజలను అనర్హులైన వారికి వదలటమే గాక కొందరు అర్హత గలవారిని నిరుత్సాహపరచడం కూడా జరిగింది" అన్నాడు. రామయ్య తన తప్పు గ్రహించి, శంకరయ్యనూ, భీమయ్యనూ తిరిగి విద్యాభ్యాసంలో పెట్టాడు. మరో అయిదేళ్ళు శిక్షణ పొందినాక వాళ్ళు తమ తమ విద్యలలో నిజంగానే ప్రవీణులయ్యారు.

12. రాజుగారి ప్రాపకం

అవంతీదేశాన్ని ఏలే భాస్కరసేనుడు సమర్థుడైన పరిపాలకుడుగా పేరు తెచ్చుకున్నాడు. అందుకు చాలావరకు కారణం సుమాన్యుడు అనే రాజుగారి సలహాదారుడు.

అతను రాజోద్యోగులకు సంబంధించిన వ్యవహారాలన్నీ చూసేవాడు. ఏయే శాఖలకు ఎందరెందరు ఉద్యోగులు అవసరమో, ఎవరెవరి పదవులు పెంచవచ్చునో, ఎవరి జీతాలు ఎంత ఉండాలో రాజుకు చెప్పటం సుమాన్యుడి పని.

ఎంతో కీలకమైన బాధ్యత నిర్వహిస్తున్నప్పటికీ సుమాన్యుణ్ణి గురించి చాలామందికి తెలీదు. అతని బాధ్యతలు అందరికీ తెలిసిపోతే కొందరు ఉద్యోగులు అతన్ని ఆశ్రయించి లాభం పొంద యత్నించే అవకాశం ఏర్పడుతుందని భాస్కర సేనుడు అతని ఉద్యోగాన్ని రహస్యంగా ఉంచాడు.

సుమాన్యుడు ఫలానా ఉద్యోగం చేస్తున్నాడని అతని భార్య లక్ష్మికి కూడా తెలియదు. కానీ అతను చేసే ఉద్యోగం చాలా ముఖ్యమైనదని ఆమెకు తెలుసును.

ఎంతకాలం గడిచినా తన భర్త సంపాదన పెరగక పోవడం ఆమెకు చాలా బాధగా ఉండేది. ఆ విషయం ఆమె హెచ్చరించినప్పుడల్లా సుమాన్యుడు, "మన సంపాదన మనకు చాలనప్పుడు కదా..." అని ఆమె మాట తోసిపారేసేవాడు.

ఆఖరుకు లక్ష్మి తన భర్తతో గట్టిగానే తగవులాడింది. "మీకన్నా వెనుక వచ్చినవాళ్ళూ, మీకంటే చిన్న పనులు చేస్తున్నవాళ్ళూ అప్పుడే మేడలు కట్టేస్తున్నారు. మనం మాత్రం చేతకానివాళ్ళలా సొంత ఇల్లు కట్టుకోలేకుండా ఉన్నాం"....

ఇలా అని లక్ష్మి కొందరి పేర్లు కూడా చెప్పింది.

"అయితే ఇంత స్వల్పకాలంలో వాళ్ళకు అంత డబ్బు ఎలాగొచ్చిందంటావు?" అని సుమాన్యుడు అడిగాడు.

"రాజుగారి ప్రాపకం వల్ల. ఈ రోజుల్లో ముక్కుకు సూటిగా, మన పనులు మనం చేసుకుంటూ పోతే లాభం లేదు. తరచు రాజదర్శనం చేసుకుంటూండాలి. ఆయనను పొగుడుతూండాలి. తృణమో, పణమో అర్పించుకుంటూండాలి!

కుచేలుడు కూడా కృష్ణుడికి అటుకులు ఇస్తేనే కృష్ణుడు అతడికి అష్టఐశ్వర్యాలూ ఇచ్చాడు" అన్నది లక్ష్మి. భార్య మాటలు సుమాన్యుడి మీద బాగా పనిచేశాయి. అది మొదలు అతను రాజదర్శనం చేసుకునేవారిని శ్రద్ధగా గమనించసాగాడు.

నాలుగు మెచ్చుకోలు కబుర్లు చెప్పి, ఏ చిన్న వస్తువు అయినా కానుక ఇచ్చుకున్న వారికి రాజదర్శనం లభిస్తున్నది. తాను సంవత్సరం కష్టపడి సంపాదించే డబ్బు వీళ్ళు క్షణాల మీద సంపాదిస్తున్నారు.

ఈ సత్యం గ్రహించినాక సుమాన్యుడి మనసు మారింది. అతను నెమ్మదిగా తన పద్ధతులను మార్చుకోసాగాడు.

పని కల్పించుకుని ఒకటికి రెండుసార్లు రాజును చూడబోవటమూ, మాటలతో ఆయనను సంతోషపెట్టడానికి ప్రయత్నించటమూ, చిన్న కానుకలు సమర్పించుకోవటమూ ప్రారంభించాడు అతను.

ఇలా కొన్నిరోజులు జరిగిన మీదట భాస్కరసేన మహారాజు తన ప్రధానమంత్రితో "సుమాన్యుడి స్థానంలో మరొక వ్యక్తిని నియమించటం అవసరమనిపిస్తున్నది. సుమాన్యుడికి మరో ఉద్యోగం చూద్దాం. మీ ఉద్దేశ్యమేమిటి?" అన్నాడు.

"సుమాన్యుడిలాంటి సమర్థుడు - అతను చేసే పనికి వేరొకరు మనకి దొరకడం కష్టమనుకుంటాను" అన్నాడు ప్రధానమంత్రి.

"అతనిలో పూర్వం ఉండిన సామర్థ్యం ఇప్పుడు లేదని నాకు అనుమానం కలిగింది" అన్నాడు రాజు.

"ఎందువల్ల?" అని ప్రధానమంత్రి అడిగాడు.

ఒకప్పుడు అతను తన పనులన్నీ తానే చూసుకుని, తాను చేసిన నిర్ణయాన్ని నాకు తెలపడానికి మాత్రమే వచ్చేవాడు. ఇప్పుడు అతను నిర్ణయం నాకే వదిలేస్తున్నాడు.

వెనకటిలా కాకుండా ఇప్పుడు అతను నన్ను తరచూ వచ్చి చూస్తున్నాడు. అంటే తీరుబడి ఎక్కువ అయిందన్నమాట! చిన్న చిన్న కానుకలిచ్చి నన్ను సంతోషపెట్ట యత్నిస్తున్నాడు.

ఇదివరకు నన్ను తన పనితో సంతోషపెట్టినవాడు కానుకలతో సంతోషపెడుతున్నాడంటే, పనిలో అతని నేర్పు తగ్గిందనే కదా? అన్నాడు రాజు.

ప్రధానమంత్రి ఒక్క క్షణం ఆలోచించి, "ఒక్కసారి నన్ను అతనితో మాట్లాడి చూడనివ్వండి" అన్నాడు. రాజు సరేనన్నాడు.

ప్రధానమంత్రి సుమాన్యుణ్ణి కలుసుకుని, "సమర్థుడైన ఉద్యోగి తన బాధ్యతలను సక్రమంగా నిర్వర్తిస్తాడు. అసమర్థుడైన ఉద్యోగి రాజుగారి ప్రాపకంతో పైకి రావాలనుకుంటాడు. ఇటీవల నీ ప్రవర్తన చూసి రాజుగారికి నీపైన నమ్మకం పోయింది. నీ ఉద్యోగం ఊడే పరిస్థితి వచ్చింది" అన్నాడు.

సుమాన్యుడు తన బాధ ప్రధానమంత్రికి చెప్పుకున్నాడు. అంతా విని ప్రధానమంత్రి రాజుకు చెప్పాడు. భాస్కరసేనుడికి తన పొరపాటు అర్థమయింది.

సుమాన్యుడి వంటి దక్షత గలవాడు తప్పుదారి పట్టితే తాను తెలుసుకోగలిగాడు. కాని అదే పద్ధతి అవలంబించిన అసమర్థులను ఆయన కనిపెట్టలేకపోయాడు. ఆయన సుమాన్యుడికి చక్కని భవంతిని కట్టించి ఇచ్చి, తనను పొగడవచ్చేవారినీ, తనకు కానుకలిచ్చేవారినీ విమర్శనా దృష్టితో చూడడం నేర్చుకున్నాడు. క్రమంగా దేశంలో అసమర్థులకు రాజుగారి ప్రాపకం తగ్గిపోయింది.

13. తండ్రిని మించిన కొడుకు

ఒకానొక దేశాన్ని ధవళసేనుడనే రాజు పరిపాలించేవాడు. ఒక పర్యాయం ఒక భట్రాజు ఆయన ఆస్థానానికి వచ్చి, ఆయనను సంప్రదాయం ప్రకారం పొగుడుతూ, సంగీతంలో ఆయన నారద, తుంబురులను మించినవాడన్నాడు.

ధవళసేనుడు ఆశ్చర్యపోయి, "ఏమిటేమిటి?" అన్నాడు. లోగడ ఆయనను పొగిడినవాళ్ళు పరాక్రమంలో అర్జునుడి కన్న గొప్పవాడన్నారు. నిజమే కాబోలు అనుకు న్నాడు ధవళసేనుడు. ఎందుకంటే ఆయన ఎన్నడూ యుద్ధం చేసే అవకాశం రాలేదు.

అలాగే, ఐశ్వర్యంలో ఆయనను కుబేరుడితో పోల్చారు. కుబేరుడి వద్ద ఎంత ధనమున్నదో తెలియదు గనుక, అది నిజమే కావచ్చు అనుకున్నాడు. ఇలాగే అనేక విషయాలలో అబద్ధమని నిరూపించలేని కారణం చేత అనేకమంది పొగడ్తలను ఆయన నమ్మవలసి వచ్చింది.

అయితే సంగీతం విషయంలో అలా కాదు. నలుగురిలో తాను పాడి వినిపించి, దాన్ని ఎప్పుడైనా ఋజువు చేసుకోవచ్చు. ఇంతకుపూర్వం తనను పొగిడిన వారెవరూ తన గానాన్ని పొగిడి ఉండలేదు. ఈ భట్రాజు మొట్టమొదటిసారిగా ఈ సమస్య తెచ్చిపెట్టాడు. రాజు మంత్రిని దగ్గరికి పిలిచి, తనకు సభలో గానం చెయ్యాలని ఉన్నదని చెప్పాడు. రాజుగారి కంఠం వింటే చాలు, ఆయన గానం ఎలా ఉండేదీ ఊహించుకోవచ్చు.

ఆయన నిండుసభలో నవ్వులపాలు అయిపోతాడని భయపడి మంత్రి, "తమ గానం అద్భుతంగా ఉంటుందనడానికి సందేహం లేదు. కాని ముందుగా మీరు కొంత అభ్యాసం చెయ్యాలి. కొలువు చాలించాక మనమిద్దరమూ ఉద్యానవనానికి పోదాం. అక్కడ మీరు సంగీత సాధన చేద్దురు గాని!" అన్నాడు. రాజు ఇందుకు సమ్మతించాడు.

ఉద్యానవనంలో మంత్రి సమక్షంలో ధవళసేనుడు కర్ణకఠోరంగా పాడుతూండగా, హఠాత్తుగా వాళ్ళ ముందు ఒక గాడిద ప్రత్యక్షమయింది. వెంటనే రాజుగారు పాడడం ఆపి, ఆశ్చర్యపోతూ, "ఇదేమిటి?" అన్నాడు.

రాజుగారి పాట విని ఆ గాడిద ఎలా ప్రవేశించిందో ఉద్యానవనంలో ప్రవేశించింది. అది రాజు చుట్టూ తిరగసాగింది.

తన గానం ప్రభావం రాజు పొరపాటు లేకుండా అర్థం చేసుకుని, "పద, మంత్రీ ఇక పోదాం" అన్నాడు. ఇద్దరూ నడుస్తుంటే గాడిద రాజు వెంట పడింది. రాజు చిరాకుపడి, ఆ గాడిదను బయటికి గెంటెయ్యమని సేవకులతో చెప్పాడు.

కాని, ఆ సాయంకాలం రాజూ, రాణీ ఉద్యానవనంలో విహరిస్తూండగా, ఆ గాడిద ఓండ్ర పెడుతూ వచ్చి రాజు ముందు ప్రత్యక్షమయింది. రాణి చిరాకుపడి, "ఇదేమిటి?" అన్నది. రాజు గాడిదను మళ్ళీ బయటికి గెంటించాడు.

కాని రాజుగారు ఎప్పుడు ఉద్యానవనానికి వచ్చినా ఆ గాడిద అక్కడ ప్రత్యక్షం కాసాగింది. దాన్ని ఎంత దూరాన వదిలినా అది ఉద్యానవనం చేరుతూనే ఉన్నది. దాన్ని ఉద్యానవనంలోకి రాకుండా చెయ్యటానికి భారీ ఎత్తున ఏర్పాట్లు చేస్తే జనంలో గుసగుసలు బయలుదేరి, అనవసరమైన ప్రచారం జరుగుతుంది. అందుచేత రాజు ఆ గాడిదను ఉద్యానవనంలోనే ఉండేటట్టు ఏర్పాటు చేశాడు. కాని ఆ గాడిద కనిపించినప్పుడల్లా రాజుకు తన సంగీతం గుర్తుకొచ్చి, బాధ కలుగుతూనే ఉండేది. చిన్నతనం నుంచీ తాను సంగీతం సాధన చేసి ఉంటే తన గానం నిజంగా బాగుండేదని ధవళసేనుడికి తోచింది. అందుచేత ఆయన కనీసం తన కొడుకైన సత్యసేనుడికి సంగీతం నేర్పించాలని నిశ్చయించాడు.

సత్యసేనుడు పదహారేళ్ళవాడు. అతను రాచవిద్యలన్నీ అభ్యసించాడు. కాని సంగీతం నేర్చుకోలేదు. తన కంఠం సంగీతానికి సరిపడదని అతని నమ్మకం. అయితే తండ్రి ప్రోత్సహించిన మీదట అతను సంగీతం నేర్చుకోదలచాడు. అతనికి సంగీతం నేర్పడానికి గానాచార్యుల వారిని నియమించారు. సంగీతసాధన రాజోద్యానవనంలోనే జరగటానికి ఏర్పాటయింది. రాజు ఉద్యానవనం చుట్టూ గట్టి కాపలా పెట్టించాడు. తన కొడుకు పాట విని మరో గాడిద రావచ్చునన్న భయం రాజుకు లేకపోలేదు.

తొలిపాఠం ప్రారంభమయింది. గానాచార్యుల వారు చిన్న ఆలాపన చేసి సత్యసేనుణ్ణి అనమన్నాడు. సత్యసేనుడు పాడుతుంటే రాజుకు దుర్భరం అనిపించింది. పాఠం కొద్దిసేపు జరిగిందో లేదో ఉద్యానవనంలో కట్టి పెట్టి ఉన్న గాడిద కట్లు తెంచుకుని పారిపోయింది. అది మళ్ళీ ఎన్నడూ ఉద్యానవనం ఛాయలకు రాలేదు.

సత్యసేనుడి సంగీత విద్యాభ్యాసాన్ని ధవళసేనుడు వెంటనే ఆపు చేయించాడు. ఆయనకు గాడిద బెడద శాశ్వతంగా వదిలిపోయింది.

14. గుర్తింపు

కర్పూరదేశాన్ని ఏలే వసంతరాయలకు తనను తన ప్రజలంతా ఒక గొప్ప ప్రభువుగా గుర్తించాలనీ, తాను పురాణ పురుషులలాగా ఆచంద్రతారార్కం కీర్తి సంపాదించాలనే ఆశ ఉండేది. కీర్తికాంక్షతో ఆయన ఎన్నో ధర్మకార్యాలూ, ప్రజా సౌకర్యాలూ చేశాడు.

తనను గురించి ప్రజలు ఏమనుకుంటున్నారో తెలుసుకోవటానికి ఆయన మారువేషంలో దేశసంచారం చేస్తుండేవాడు. ఎక్కడికి వెళ్ళినా ప్రజలు తనను ప్రశంసిస్తూండడం విని ఆయనకు చాలా ఆనందంగా ఉండేది.

అయితే ఒక గ్రామంలో రామయ్య అనేవాడు వసంతరాయల పట్ల అమితమైన నిర్లక్ష్యం ప్రకటించేసరికి రాజుకు పిడుగుదెబ్బ తగిలినట్టయింది.

"ఏం గొప్పలేద్దూ? ఆ రాజు మా ఊరికి ఏం చేశాడు?" అన్నాడు రామయ్య.

వసంతరాయల మనస్సు చివుక్కుమన్నది. ఆయన వెంటనే ఆ గ్రామం అవసరాలను పరిశీలించి గ్రామ ప్రజలకు సరి అయిన నీటి సదుపాయం లేదని తెలుసుకున్నాడు. గ్రామానికంతకూ ఒకే ఒక చెరువు ఉన్నది. వానలు సరిగా లేకపోతే అది నిండదు.

వసంతరాయలు రాజధానికి తిరిగివెళ్ళి మంత్రులతో సంప్రదించి, ఆ గ్రామం మీదుగా వెళ్ళేలాగా ఒక కాలువ త్రవ్వించాడు. కాలువ త్రవ్వకం పూర్తికాగానే గ్రామ ప్రజల నీటిసమస్య తీరిపోయింది.

వసంతరాయలు మారువేషంలో మళ్ళీ రామయ్యను కలుసుకున్నాడు. ఈసారి రామయ్య తనను పొగుడుతాడనుకున్నాడు. కాని రామయ్య "కాలవ తవ్విస్తే సరిపోయిందా? మాకున్నది నీటి ఇబ్బంది ఒకటేనా?" అన్నాడు.

వసంతరాయలు ఆ గ్రామ పరిస్థితిని జాగ్రత్తగా పరిశీలించి, రాకపోకల నిమిత్తం ఆ గ్రామానికి సరి అయిన బాట ఏటు తెలుసుకున బాట వేయించాడు. గ్రామాన్ని రహదారితో కలిపేబాట ఏర్పడింది. అప్పటికీ రామయ్య రాజు పట్ల అసంతృప్తే ప్రకటించాడు. రాజు, రామయ్య ధర్మమా అంటూ ఆ గ్రామానికి మంచి పాఠశాల, ఉచిత వైద్యశాల మొదలైన సదుపాయాలు కలిగించాడు. గ్రామానికి పట్టణం లక్షణాలు ఏర్పడ్డాయి.

ఇన్ని సౌకర్యాలు ఏర్పడ్డాక గ్రామస్థులు రాజును తెగ పొగుడుతున్నారు. కానీ రామయ్య పొగడటం లేదు.

చివరకు వసంతరాయలు విసిగిపోయి, "ఏమిటి, రామయ్యా? ఊరు ఊరంతా రాజును ఆకాశానికెత్తుతూంటే నువ్వు మెచ్చుకోవేం? నీదేదో వింతతత్వంగా వున్నదే!" అని అన్నాడు.

"రాజు చేసిన పనుల వల్ల వాళ్ళు బాగుపడ్డారు కాబట్టి పొగుడుతారు. నేనెందుకు ఆయన్ని పొగడాలి?" అన్నాడు రామయ్య చిరాకుగా.

"రాజు చేసిన పనులకు ఊళ్ళో అందరూ బాగుపడి నువ్వు ఒక్కడివి మాత్రమే బాగుపడలేక పోయావా?" అని వసంతరాయలు అడిగాడు.

"అంతేమరి! కాలువ వల్ల భూములున్నవాళ్ళు బాగు పడ్డారు. నాకు భూమి లేదు. బాట వేయించటం వల్ల వర్తకులు బాగుపడ్డారు. నాకేం లాభం? పాఠశాల పెట్టించారు. చదువుకునే వయసు పిల్లలు లేరు నాకు. ఉచిత వైద్యశాల వచ్చింది. నేనెప్పుడు జబ్బున పడింది లేదు. బస్తీలలోలాగా ఎన్నోరకాల వినోదాలు గ్రామంలో ఏర్పడ్డాయి. అవి చూసి ఆనందించడానికి నాకు డబ్బెక్కడిది?" అన్నాడు రామయ్య.

ఈసారి రాజు రామయ్య పరిస్థితి తెలుసుకున్నాడు. ముసలివాడయ్యాక రామయ్యను ఆయన పిల్లలు సరిగా చూడడం మానేశారు. రాజు రామయ్యకు ఒక చిన్న ఇల్లు కట్టించి పెట్టి, అతడికి రోజులు హాయిగా గడవటానికి డబ్బు కూడా ఏర్పాటు చేశాడు. ఆ తరువాత కలిసినప్పుడు రామయ్య రాజును తెగ పొగిడాడు.

వసంతరాయలు మారువేషంలో దేశ సంచారం చేస్తూండగా ఇంకో గ్రామంలో ఇంకో సోమయ్య తగిలి, "ఏం గొప్పలేద్దూ?" రాజు మా ఊరికి ఏం చేశాడు గనక?" అన్నాడు.

ఈసారి రాజు ఊరి పరిస్థితి గురించి గాక, సోమయ్య పరిస్థితి గురించి తెలుసుకుని, అతని సుఖజీవనానికి తగిన ఏర్పాట్లు చేశాడు. ఈసారి సోమయ్య రాజును పొగిడాడు.

వసంతరాయలకు కనువిప్పయ్యింది. ఎన్నో గొప్ప పనులు చేసినవాణ్ణి ఎవరూ గుర్తించరు. తమకు ప్రత్యేకంగా ఉపయోగపడితేనే గుర్తిస్తారు. దేశంలో ప్రతి ఒక్కడిచేతా గుర్తింపు పొందాలంటే, ప్రతి ఒక్కరికీ ప్రయోజనకరంగా ఉండే పనులు చేయాలి తాను. అది సాధ్యం కాదు.

అందుచేత గుర్తింపు కోసం కాక, పదిమందికీ పనికివచ్చే పనులు మాత్రమే చెయ్యాలి. వసంతరాయలు అలాగే చేశాడు. ఆయన కాలంలో ఆయనను అందరూ గుర్తించకపోయినా కర్పూర వసంతరాయలు పేరు మాత్రం చిరస్థాయిగా నిలిచి పోయింది.

15. మాలిష్ చేసేవాడు

ప్రచండ దేశాన్ని ఏలే ప్రభంజన మహారాజు సైన్యాధిపతి హఠాత్తుగా మరణించాడు. ఆ పదవికి కొత్తవాణ్ణి నియమించాలి. అందుకు యోగ్యులైనవాళ్ళు నలుగురున్నారు. అందులో ఒకణ్ణి ఎలా ఎన్నిక చెయ్యాలో రాజుకు పాలుపోలేదు.

రాజుగారి మంగలి ఉదయంపూట వచ్చి, రాజుగారి శరీరానికి నూనె పట్టించి, మర్దన చేసి, స్నానం చేయించేవాడు. వాడికి రాజుగారు అప్పుడప్పుడూ తన సమస్యలను గురించి చెప్పేవాడు.

ఈసారి రాజు మంగలికి తన సమస్య గురించి చెప్పాడు. అంతా విని మంగలి, "సైన్యాధిపతికి ఉత్త శక్తి సామర్థ్యాలు ఉంటే చాలదు.

వల్లమాలిన రాజభక్తి ఉండాలి. దేవుడికి సేవ చెయ్యటానికి ఎలా సిగ్గుపడడో, రాజును సేవించటానికి కూడా అలాగే సిగ్గుపడరాదు" అన్నాడు.

"ఇది ఎలా తెలుసుకోవాలి?" అన్నాడు రాజు. మంగలి ఉపాయం చెప్పాడు.

రాజు సైన్యాధిపతి పదవి కోసం ఎదురుచూస్తున్న నలుగురికీ కబురు పంపాడు.

నలుగురూ రాగానే రాజు, "మీకు ఒక పరీక్ష పెట్టే ఉద్దేశంతో పిలిపించాను. కాని నాకు ఒళ్ళు పట్టే మంగలికి తేలు కుట్టిందట. వాడు రాలేదు. ఒళ్ళంతా నొప్పులుగా ఉన్నది. ఇప్పటికి వెళ్ళండి" అన్నాడు.

నలుగురూ వెళ్ళిపోవటానికి బయలుదేరారు. అయితే వారిలో ఒకడు తిరిగివచ్చి, "మంగలి రానంతమాత్రాన తమరు బాధపడాలా? దైవసమానులైన మీకు సేవ చెయ్యటమే గదా మా ధర్మం?" అంటూ రాజు వారిస్తున్నా వినిపించుకోకుండా, రాజుకు నూనె పట్టించి, ఒళ్ళు మర్దనా చేశాడు. వాడికి సైన్యాధిపతి పదవి లభించింది. వాడి పేరు శూరవర్మ.

ఆ తరువాత కొంతకాలానికి మంత్రి పదవి ఖాళీ అయింది. శూరవర్మ తన మిత్రుడైన మహామతికి ఆ ఉద్యోగం సంపాదించే కబురు చెప్పాడు. మహామతి ఉదయమే వచ్చి, రాజుగారికి మాలిష్ చేసి మంత్రిపదవి సంపాదించాడు.

అది మొదలు ముఖ్యమైన పదవులు ఖాళీ అయినప్పుడల్లా రాజు తనకు చక్కగా మాలిష్ చేసినవారికే ఆ పదవులు ఇస్తూ వచ్చాడు. అయితే కొన్ని కొన్ని ఉద్యోగాలకు పోటీలు, పరీక్షలు అవసరం లేదు.

ఆస్థాన పురోహితుడి పదవి ఖాళీ అయితే, పాత పురోహితుడి కొడుకు తప్ప ఆ ఖాళీ భర్తీ చెయ్యటానికి మరొకడు లేడు. తనకు మాలిష్ చెయ్యనివారికి ఇలా ఉద్యోగాలు ఇయ్యవలసి వచ్చిన రాజుకు బాధ కలిగి, తన కింద ఉద్యోగం చేసే ప్రతివాడూ మొదటిరోజు తనకు మాలిష్ చేసితీరాలన్న నియమం పెట్టాడు.

అటు తరవాత రాజుగారికి ఏదో చర్మవ్యాధి పట్టుకున్నది. రాజవైద్యులు "తమరు అడ్డమైన వారందరిచేతా మాలిష్ చేయించుకున్నారు. ఎవడికో ఈ చర్మవ్యాధి ఉండి, తమకు వాడి నుంచి సంక్రమించింది. దీనికి చికిత్స చెయ్యగలం. కాని తమరు ఎవరుపడితే వాళ్ళ చేత ఒళ్ళు పట్టించుకోవటం మానాలి" అన్నాడు. రాజు రోగం నయమయింది. "మాలిష్ శాసనం" రద్దయింది. రాజు ఈ సంగతి మంగలితో చెప్పాడు.

మంగలి నవ్వి, "రాజభక్తి పరీక్షించటానికి మాలిష్ ఒకటే మార్గం కాదు. మీరు అకారణంగా తిట్టినప్పటికీ, నవ్వుతూ సహించి క్షమాపణ చెప్పుకునేవాడు రాజభక్తి గలవాడే" అన్నాడు.

ఈ కొత్త సూత్రం మీద రాజు తన కొలువులో ఖాళీలు భర్తీ చేస్తూ వచ్చాడు. మాలిష్ పద్ధతి పోయినా, అది నుడికారంలో అలానే ఉండిపోయింది. ఎవడన్నా అర్హత లేనివాడు ఉద్యోగం సంపాదిస్తే" వాడు ఎవరికో మాలిష్ చేసివుంటాడు" అని ఇప్పటికీ అంటూ ఉంటారు.

చందమామ 49 కథలు-1

16. మంత్రగ్రంథం

చందనదేశాన్ని విజయకేతుడనే రాజు చాలాకాలం పాలించి వృద్ధాప్యదశలో మరణించాడు. ఆయనకు సంతానం లేదు. సింహాసనం కోసం కొందరు ప్రయత్నించి దేశంలో అరాచకం కలిగించారు.

ఆ స్థితిలో చాణక్యుడు అనే జ్ఞాని సహాయంతో సూర్యకాంతుడనే క్షత్రియ యువకుడు రాజయ్యాడు. ప్రజలు వేడుకలు చేసుకుని తమ సంతోషాన్ని వెలిబుచ్చారు.

చాణక్యుడు సూర్యకాంతుణ్ణి చిరకాలం వర్ధిల్లమని దీవించి, "ప్రభువు అన్నవాడు అధికారంలో ఉన్నాను గదా అని తన ఇష్టం వచ్చినట్టు ప్రవర్తించకూడదు.

నేను భగవంతుణ్ణి ప్రార్థించి, పరిపాలనకు కావలసిన నియమాలు తెలుసుకుని నీకు చెబుతాను. వాటిని పాటిస్తూ ఆదర్శప్రభువు అనిపించుకో" అని చెప్పి తన ఇంటికి వెళ్ళిపోయాడు.

తరువాత చాణక్యుడు ఇంటి వద్ద కూర్చుని ఒక గ్రంథం రచించి దాన్ని తీసుకుపోయి సూర్యకాంతుడికి ఇచ్చాడు.

"ఇది మంత్రగ్రంథం. భగవంతుడు చెప్పగా నేను దీన్ని వ్రాశాను. ఇందులోనివన్నీ భగవంతుడి వాక్యాలు. వాటిని ఎవరూ మార్చరాదు" అని చాణక్యుడు రాజుతో అన్నాడు.

సూర్యకాంతుడు ఆ గ్రంథాన్ని కళ్ళకు అద్దుకుని, అందులోని విషయాలన్నీ చదివి, ఒక్కొక్కటే అర్థం చేసుకుని అర్థం కాని విషయాలను చాణక్యుడి ద్వారా తెలుసుకుంటూ ఆ గ్రంథంలో ఉన్న ప్రకారమే పరిపాలన చేస్తూ ప్రజారంజకుడు అయ్యాడు. సూర్యకాంతుడి కొడుకు చంద్రకాంతుడు. అతను చిన్నతనం నుంచీ అన్ని విద్యలలోనూ అఖండ ప్రజ్ఞ కనబరుస్తూ వచ్చాడు. అతనికున్న ఒకే ఒక పెద్ద వ్యసనం వేట.

చంద్రకాంతుడు పద్దెనిమిదేళ్ళ వాడుగా ఉండగా సూర్యకాంతుడు మరణించాడు. చంద్రకాంతుడు రాజయ్యాడు. అప్పటికే చాణక్యుడు కూడా వృద్ధుడైపోవటం చేత ఆయన స్థానంలో ఆయన కొడుకు శ్రీశుకుడు పనిచేస్తున్నాడు.

చంద్రకాంతుడికీ, శ్రీశుకుడికీ చాలా గాఢమైన మైత్రి. అయితే దానికి తలవని తలంపుగా ఒక పెద్ద పరీక్ష ఎదుర

యింది. ఎలాగంటే చంద్రకాంతుడు వేటకు వెళ్ళి ఒక పొదలో వున్న మనిషిని చూసి మృగమనుకుని బాణంతో కొట్టి చంపాడు. మంత్రగ్రంథంలోని శిక్షాస్మృతి ప్రకారం శిక్ష అందరికీ ఒకటే.

అందుచేత రాజును హత్యానేరానికి శ్రీశుకుడు విచారించవలసి ఉన్నది. మంత్రగ్రంథంలో చెప్పిన ప్రకారం చంద్రకాంతుడికి యావజ్జీవ కారాగారశిక్ష విధించడం తప్ప గత్యంతరం లేదు. కాని తెలియక చేసిన పొరపాటుకు చంద్ర కాంతుడికి అంత దారుణమైన శిక్ష ఇయ్యటం తప్పని శ్రీశు కుడి అంతరాత్మ చెబుతున్నది. పోనీ మంత్రగ్రంథాన్ని ఉల్లం ఘిద్దామంటే అందువల్ల చాలా గొడవ జరుగుతుంది.

శ్రీశుకుడు తండ్రిని సలహా అడిగితే "వేట తమకంలో కన్నూ మిన్నూ కానకుండా ప్రవర్తించినందుకు చంద్రకాంతుడు శిక్ష అనుభవించవలసిందే" అన్నాడు.

శ్రీశుకుడు ఆవేశపడి, "ఈ మంత్రగ్రంథం దేవుడే గదా చెప్పాడన్నారు. భగవంతుణ్ణి ఎలా వశపరచుకోవాలో నాకు చెప్పండి. ఆయన నుంచి చంద్రకాంతుణ్ణి కాపాడే ఉపాయం తెలుసుకుంటాను" అన్నాడు.

చాణక్యుడు నవ్వి, "వెర్రివాడా, ఆ వాక్యాలన్నీ నిజంగా భగవంతుడు చెప్పినవే ననుకున్నావా? అధికారం వల్ల కలిగే అహంకారపు పొర రాజుల కళ్ళను కప్పకుండా ఉండడం కోసం నేను మంత్రగ్రంథాన్ని భగవంతుడి పేరు మీద సృష్టించాను" అన్నాడు.

"అలా అయితే నేనూ భగవంతుడి పేరిట మంత్ర గ్రంథంలో కొన్ని మార్పులు చేస్తాను. రాజులకు లక్ష బాధ్యత లుంటాయి. అందుచేత సామాన్యుడికీ, రాజుకీ ఒకేరకమైన న్యాయం పనికిరాదనీ, రాజు ఏమి చేసినా తప్పులేదనీ మంత్ర గ్రంథంలో వ్రాస్తాను" అన్నాడు శ్రీశుకుడు తొణకకుండా.

చాణక్యుడు కోపంగా, "మూర్ఖుడా! స్నేహితుణ్ణి రక్షించడం కోసం మంత్రగ్రంథంలో మార్పులు చేశావంటే, అది దేశానికే ప్రమాదం. నేరానికి పదవితో నిమిత్తం లేదు"

అన్నాడు. కాని శ్రీశుకుడు తన నిశ్చయాన్ని మార్చుకోలేదు. తరువాత అతను, భగవదానుదేశంగా తాను మంత్రగ్రంథంలో కొత్తసూత్రాలు చేర్చినట్టు ప్రకటించాడు. చంద్రకాంతుడు కాపాడబడ్డాడు.

ఇది జరిగిన కొద్ది మాసాలకు ఆ దేశపు సైన్యాధిపతి చంద్రకాంతుణ్ణి హత్యచేసి తానే రాజయ్యాడు. అయితే తన రాజరికాన్ని ప్రజలు మన్నించాలంటే శ్రీశుకుడి సహకారం ఉండాలని గ్రహించి అతను శ్రీశుకుణ్ణి పిలిపించాడు.

"నువ్వు హంతకుడివి. ముందు నీ మీద విచారణ జరపాలి!" అన్నాడు శ్రీశుకుడు చంద్రకాంతుడి మరణానికి లోలోపల కుమిలిపోతూ.

"నేనిప్పుడు రాజును. అన్ని విచారణలకూ అతీతుణ్ణి" అన్నాడు సైన్యాధిపతి.

"నువ్వు నేరం చేసినప్పుడు రాజువు కావు. న్యాయస్థానం ఎక్కక తప్పదు" అన్నాడు శ్రీశుకుడు.

సైన్యాధిపతి నవ్వి, "నా నేరం నన్ను రాజుగా – అంటే నేరానికి అతీతుడుగా చేసింది. రాజైనవాడు ఏమి చేసినా తప్పు లేదని మంత్రగ్రంథమే చెబుతున్నది. ఒక కొత్త సూత్రం చేర్చండి. లేదా తిన్నగా భగవంతుడి దగ్గరికే వెళ్ళిపోగలరు" అన్నాడు.

శ్రీశుకుడికి మతిపోయినట్టయింది. తండ్రిమాట వినక, తన మిత్రుడైన చంద్రకాంతుణ్ణి కాపాడటానికి గాను తాను మంత్రగ్రంథంలో చేర్చిన మార్పు ఇలా పరిణమించింది. దాని మూలంగా అధికారదాహం గలవారందరికీ కొత్త ఆశలు ఏర్పడ్డాయి. గత్యంతరం లేక శ్రీశుకుడు మంత్రగ్రంథంలో సైన్యాధిపతి చెప్పిన మార్పులు చేశాడు. ఆ గ్రంథం ప్రజాపీడనకు బ్రహ్మాస్త్రంగా పనిచేసింది. దుష్పరిపాలనకు జవాబుగా అరాచకం చెలరేగింది. సైన్యాధిపతికి పరిపాలన చేసేటందుకు వ్యవధి లేదు. అతని కాలమంతా ఆత్మరక్షణలోనే సరిపోయింది. ఈ విప్లవదశలో ఒక కొత్త ప్రజానాయకుడు వెలువడ్డాడు. అతను పాత రాజును తొలగించి తానే రాజయ్యాడు.

శ్రీశుకుడు ఈ కొత్త రాజును కలుసుకుని, "నిజంగా నువ్వు ప్రజల బాగును కోరేవాడివే అయితే ఇప్పుడున్న మంత్రగ్రంథాన్ని మరచిపో. అనుభవజ్ఞులతో సంప్రదించి రాజ్యపాలన చెయ్యడానికి కొత్త నియమాలూ, న్యాయసూత్రాలు ఏర్పరచుకో. ఏ పరిస్థితుల్లోనూ వాటిని అధిగమించకు. నీ ప్రాణం కాపాడుకోవడానికే అయినా సరే. ధర్మసూత్రాల జోలికి పోకు" అని సలహా ఇచ్చాడు.

17. నిలకడలేని శిష్యుడు

కమలుడు తెలివితేటలు గలవాడు. అయితే అతనికి ఉన్న ఊళ్ళో చదువుకోవటం పడలేదు. ఎందుకంటే, ఆ ఊళ్ళో ఉన్న జీవనుడు అనే గురువుకు ఒక పద్ధతీ, నియమమూ లేదు. విద్యార్థులకు తోచినప్పుడు చదువు చెబుతాడు. ఝాము పొద్దెక్కి లేస్తాడు, రోజూ స్నానం కూడా చేయడు.

జీవనుడి దగ్గర కమలుడు ఒక మాసం రోజులు చదువుకున్నాక, అతని తండ్రి అతన్ని పొరుగూళ్ళో బంధువుల ఇంట పెట్టి, మాతంగుడనే గురువు దగ్గర చేర్చాడు. మాతంగుడి అలవాట్లు మంచివి.

తన శిష్యులకు ఆయన మంచి అలవాట్లు బోధించే వాడు. గురువు చెప్పిన ప్రకారం కమలుడు రోజూ కోడి కూసే వేళకు లేచి, కాలకృత్యాలు తీర్చుకుని, నదికి వెళ్ళి స్నానం చేసి అనంతరం దేవాలయానికి వెళ్ళి ప్రార్థన చేసి, గురువు గారింటికి తిరిగి వచ్చేవాడు.

అప్పటికి మాతంగుడు జపం చేసుకుంటూ ఉండేవాడు. జపం పూర్తి అయ్యేసరికి రెండు గంటలు పట్టేది. తరువాత ఆయన భోజనం చేసి విశ్రమించేవాడు. సాయంకాలం మాతంగుడికి మరికొంత తతంగం ఉండేది.

అది పూర్తి అయ్యేసరికి రాత్రి భోజనాలవేళ అయ్యేది. కమలుడు వెళ్ళి భోజనం చేసి వచ్చేశాడు. భోజనం చేసిన వెంటనే చదువుకోవటం ఏమాత్రం మంచిది కాదనేవాడు గురువుగారు. తరువాత కొద్దిసేపటికల్లా నిద్రసమయమయ్యేది. ఇదీ కమలుడి దినచర్య.

"చదువు సరిగా కొనసాగడం లేదని దిగులుపడవద్దు. శరీరాన్ని నియమాలతో క్రమశిక్షణలో ఉంచితే, చదువు దానంతట అదే వస్తుంది" అనేవాడు మాతంగుడు.

మాతంగుడి శిష్యులకు చదువు దానంతట అదే రావాలి గాని, ఆయన చెప్పడని తేలిపోయింది. రెండు నెలలు గడిచాక కమలుణ్ణి అతని తండ్రి మరో గ్రామం తీసుకుపోయి, అక్కడ బంధువుల ఇంట పెట్టాడు. ఆ గ్రామంలో కమలుడు శ్రీపాణి అనే గురువు దగ్గిర చేరాడు. ఆయనకు మంచి అలవాట్లు ఉన్నాయి. కాని చాదస్తం లేదు. పూజలు చేస్తాడు గానీ రోజల్లా చేయడు. ఆయన కమలుడితో ఇలా అన్నాడు :

"గురువంటే దేవుడితో సమానం. దేవుడికి దండం పెడితే పాపాలన్నీ నశించి పుణ్యం వచ్చినట్టే. గురువుకు శ్రద్ధగా, పగలనక, రాత్రనక శుశ్రూష చేస్తుంటే చదువు దానంతట అదే వచ్చేస్తుంది".

కమలుడు గురు శుశ్రూష చేశాడు. ఉదయం లేవగానే గురువు గారి పూజామందిరం శుభ్రం చేసి, పూజకు అన్నీ సిద్ధం చేసి, ఆయన పూజలో ఉండగా ఆవుపాలు పితికి గురుపత్నికి ఇచ్చేవాడు.

ఆవిడ పనులు చేసుకుంటూంటే వాళ్ళ ఆఖరుపిల్లను ఆడించేవాడు. తరువాత సంతకు వెళ్ళి, వెచ్చాలు తెచ్చేవాడు. ఆ తరువాత గురువుగారి పొలానికి వెళ్ళి, అక్కడ పొలం మీద అజమాయిషీ చేసేవాడు.

అతని మధ్యాహ్న భోజనం పొలానికే వచ్చేది. పూర్తిగా అలిసిపోయి సాయంత్రం అతను ఇల్లు చేరేవాడు. ఆ సంగతి గుర్తించి శ్రీపాణి ఆతని కోసం ఉడుకు నీళ్ళు సిద్ధం చేయించి ఉంచేవాడు. సుఖంగా స్నానం చేసి, కమలుడు భోజనం చేసేవాడు.

తరువాత గురువు గారు పడుకుంటే, కమలుడు అతనికి ఒళ్ళు పట్టుతూ, గురు శుశ్రూష చేసి మహాజ్ఞానులైనవారి కథలు గురువు చెప్పగా శ్రద్ధగా వినేవాడు.

ఇక్కడ కూడా చదువు దానంతట అదే రావాలి తప్ప ఎవరూ చెప్పరని కమలుడికి అర్థమయింది. అతన్ని తండ్రి మరో గ్రామంలో ఉన్న గురుకులానికి పంపాడు.

ఈ గురుకులాన్ని నడిపే శంకరుడు మంచి అలవాట్లు గలవాడే. ఆయనకు సుశ్రూషలు చేయించుకోవాలన్న పట్టింపు కూడా లేదు. కాని ఆయన మహా ముక్కోపి.

శిష్యుల మీద కోపం వస్తే వాళ్ళ చేత రెండు మాసాలపాటు తోటపని చేయించి, చదువు చెప్పేవాడు కాదు. కమలుడు గురుకులంలో అడుగుపెట్టేనాటికి శంకరుడి శిష్యులందరూ తోటపనే చేస్తున్నారు. చేరిన రెండు రోజులకు అతను కూడా తోటపనిలో ప్రవేశించాడు.

ఈ తోటపనికి హద్దు ఉండేటట్టు లేదు. ఎందుకంటే ఆ తోటపని సరిగా చెయ్యటం లేదని గురువు శిష్యుల శిక్షను పొడిగించేవాడు. ఈ విధంగా జీవితమంతా తోటపనిలోనే గడిచి పోతుందని కమలుడికి తోచింది. అతను ఈసారి తానే నిర్ణయం

చందమామ 54 కథలు-1

తీసుకుని, గురుకులాన్ని వదిలిపెట్టి, ఇంకో గ్రామానికి పోయి, అక్కడ సుగాత్రుడనే గురువు దగ్గర చేరాడు.

సుగాత్రుడు సంగీత ప్రియుడు. ఆయన తన గురువు గారి వద్ద తంబురా వాయించి, సంగీతమంతా తానే నేర్చుకున్నాడట. ఆయన కమలుడికి తంబురా ఇచ్చి తాను పాడసాగాడు.

రెండు సంవత్సరాలపాటు కమలుడు చాలా గ్రామాలు తిరిగాడు. ప్రతిచోటా అతనికి చదువు దానంతట అదే రావలసిన అవసరం కనిపించింది. అతను తన గ్రామానికే తిరిగి పోదామనుకున్నాడు గానీ, అక్కడి గురువుకు ఒక పద్ధతీ పాడూ బొత్తిగా లేదని గుర్తుకు వచ్చి ఆ ఉద్దేశం మార్చుకున్నాడు.

ఈలోగా కమలుడు ఉన్న గ్రామానికి ఎవరో యువకుడు వచ్చి, వేదాంతోపన్యాసాలు ఇస్తున్నట్టు తెలిసింది. కమలుడు కూడా ఉపన్యాసం వినటానికి వెళ్ళాడు. ఉపన్యాసం చాలా ధారాళంగా సాగింది. కాని ఆ కుర్రవాణ్ణి అభినందించుదామని కమలుడు దగ్గరికి వెళ్ళి చూస్తే, అతను ఎవరో కాదు! తన గ్రామానికే చెందిన మాధవుడు. ఇద్దరూ ఒకరినొకరు గుర్తించి కౌగలించుకున్నారు.

"నా విద్యాభ్యాసం ముగిసింది. దాన్ని విస్తృతపరచుకోవడానికి ఒక సంవత్సరం పాటు ఊరూరా తిరిగి ఉపన్యాసాలియ్యమని గురువుగారు చెప్పారు" అన్నాడు మాధవుడు.

కమలుడు ఆశ్చర్యంగా, "రెండు సంవత్సరాల క్రితం నీకు అక్షర జ్ఞానం మాత్రమే ఉండేది. ఇంత కొద్దికాలంలో నీకు ఇంత విజ్ఞానం ప్రసాదించిన నీ గురువు ఎవరు?" అని అడిగాడు.

"రెండు సంవత్సరాలంటే కొన్ని వందల రోజులు గదా. అది కొద్ది వ్యవధి ఎలా అవుతుంది? నీకు తెలుసు గదా. జీవనుడే నాకు గురువు. నువ్వు కూడా చాలా జ్ఞానం సంపాదించి ఉంటావు" అన్నాడు మాధవుడు.

"మంచి గురువు కోసం వెదుకుతూ మంచి అలవాట్లు నేర్చుకున్నాను. ఇంటిపనులూ, పొలంపనులూ, తోటపనులూ నేర్చుకున్నాను. పెద్దలకు సేవలు చెయ్యడం నేర్చుకున్నాను. ఇక వెళ్ళి జీవనుడి వద్ద చదువు నేర్చుకుంటాను" అన్నాడు కమలుడు.

18. రాజుగారి పోటీలు

ఒకప్పుడు కాంభోజరాజ్యాన్ని కుమారవర్మ పాలించాడు. తాను అన్ని విద్యలలోనూ సాటిలేనిమేటి అనీ, ప్రజారంజకంగా రాజ్యం చేయడంలో తనకు తానే సాటి అనీ ఆయనకు గట్టి నమ్మకం.

ఒకసారి ఆయన భార్య కర్పూరవల్లి తన భర్తతో ఛలోక్తిగా వారసత్వంతో రాజు కావడం విశేషం కాదనీ, స్వశక్తితో రాజ్యాన్ని సంపాదించుకోవడమే గొప్ప అనీ అన్నది.

రాణి ఈ మాటలు పరిహాసానికి అన్నప్పటికీ, కుమార వర్మ మీద అవి బాగా పనిచేశాయి. తన గొప్పతనం రాణికి ఋజువు చెయ్యాలని ఆయన అనేక రంగాలలో పోటీలు ఏర్పాటు చేశాడు. ఆ పోటీలలో పాల్గొనడానికి దేశం అన్ని ప్రాంతాల నుంచీ ఉత్సాహవంతులైన యువకులూ, శక్తిమంతులూ వచ్చారు. ఆయా రంగాలలో ప్రవీణులైనవారు నిర్ణేతలుగా పనిచేశారు. పోటీలు జయప్రదంగా ముగిశాయి. బహుమతి ప్రదానం జరగవలసి ఉన్నది.

కుమారవర్మ కత్తియుద్ధంలో ఉత్తముడిగా నిర్ణయించ బడిన రామరాజు అనే అతన్ని చూసి, “మనదేశంలో ఇంతకు మించిన ఖడ్గయుద్ధ నిపుణుడు లేడని తేలింది గదా?” అన్నాడు.

సభలో అందరూ అవునన్నారు. “ఆ సంగతి నేను తేల్చాలి” అంటూ రాజు కత్తి చేతబట్టి రామరాజుతో యుద్ధానికి వచ్చాడు. అందరూ ఆశ్చర్యపోయారు. రామరాజుకూ, కుమారవర్మకూ చాలాసేపు తీవ్రపోరాటం జరిగింది.

చివరకు రామరాజు కుమారవర్మ చేతి కత్తిని ఎగర గొట్టేశాడు. కుమారవర్మ ముఖంలో కత్తివాటుకు నెత్తురుచుక్క లేదు. ఇంతలో నిర్ణేతలు ముందుకు వచ్చి రామరాజు నియమాలను ఉల్లంఘించాడన్నారు. వాళ్ళు రామరాజుకు రహస్యంగా ఏదో చెప్పారు.

రామరాజు కుమారవర్మ వద్దకు వచ్చి, చేతులు జోడించి, "ప్రభూ, మీ చాకచక్యానికి తట్టుకోలేక నియమాలు కొన్నింటిని తప్పాను. తమతో మరొకసారి యుద్ధం చేసే అవకాశం ఇప్పించండి" అన్నాడు. ఈసారి కుమారవర్మ రామరాజు చేతికత్తిని అతి శీఘ్రంగా ఎగరగొట్టేశాడు. బహుమతి రాజుకు లభించింది.

ఇదేవిధంగా సాహిత్యగోష్ఠిలో అందరినీ ఓడించిన విద్యానాధుణ్ణి రాజు సవాలు చేశాడు. ఇద్దరూ చర్చ జరుపుతూండగా మధ్యలో నిర్ణేతలు విద్యానాధుడిలో వ్యాకరణ దోషాలు కలిగాయని, బహుమతి రాజుకే అని నిర్ణయించారు.

ఒకటేమిటి? అన్ని రంగాలలోనూ రాజు బహుమతులను ఇలాగే సంపాదించుకున్నాడు. ఇలా ఒక సంవత్సరం కాదు, అయిదు సంవత్సరాలపాటు కుమారవర్మ తాను ఏర్పాటు చేసిన పోటీలన్నిటిలోనూ తానే బహుమతులు పొందాడు. ఆయన ఈ సంగతి గర్వంగా తన భార్యకు చెబితే, ఆమె నవ్వి ఊరుకున్నది. ఇలా ఉండగా కుమారవర్మకు ఒక దారుణవార్త తెలిసింది. మంత్రి భైరవుడు చాలాకాలంగా రాజ్యాన్ని కాజేసేటందుకు కుట్ర చేస్తున్నాడు. ఆయన పథకం దాదాపు పూర్తి అయింది.

ఈవార్త తెలియగానే కుమారవర్మ, తన భార్యతో సహా రహస్యమార్గాన తప్పించుకుని, మారువేషాలతో నగరం విడిచి పారిపోయాడు. ఇక రాజు మామూలు మనిషే గనక, మంత్రి నిశ్చింతగా రాజ్యాభిషేకం చేసుకున్నాడు.

కుమారవర్మా, కర్పూరవల్లీ ఒక మారుమూలగ్రామం చేరి, మారుపేర్లు పెట్టుకుని పేదవాళ్ళ దుస్తులు ధరించి, కాయకష్టం చేసుకుని బ్రతకసాగారు.

ప్రజల మధ్య బ్రతకటం ప్రారంభించినాక కుమారవర్మకు ప్రజల అవసరాలు, కష్టసుఖాలు బాగా తెలిసివచ్చాయి. ఎందుకంటే, అవి ఇప్పుడు తనవి కూడానూ.

తన పరిపాలన తాను అనుకున్నట్టు ప్రజారంజకంగా ఉండి ఉండలేదనీ, తన పాలనలో ప్రజలకు అన్యాయం చాలా జరిగిందనీ ఆయనకు ఇప్పుడు తెలిసివచ్చింది. ఆ సంవత్సరం

కూడా రాజధానిలో ఎప్పటిలాగే పోటీలు జరుగుతాయని తెలిసి ఆయనకు చాలా ఉత్సాహం కలిగింది.

అయితే ఆ పోటీలను గురించి యువకులలో ఎలాటి ఉత్సాహమూ లేకపోవటం చూసి ఆశ్చర్యపడి, చాలామందిని కారణం అడిగితే, "ఎందుకొచ్చిన పోటీలు? బహుమతులు రాజుగారికే గద!" అన్నారు పెదవి విరుస్తూ.

తన ప్రతిభను ప్రజలు గుర్తుంచుకున్నారనుకుని కుమారవర్మ సంతోషించాడు. కాని ఇప్పుడు రాజు భైరవుడు మంత్రాలోచనలో తప్ప ఇంకెందులోనూ సామర్థ్యం గలవాడు కాదు. ఆ కారణం చేత కుమారవర్మ పోటీలలో పాల్గొని బహుమానాలు పొందుదామని రాజధానికి బయలుదేరి వెళ్ళాడు.

వేరు వేరు రంగాలలో పోటీకి వచ్చిన వారి శక్తి సామర్థ్యాలు చూస్తుంటే కుమారవర్మకు ఆశ్చర్యం కలిగింది. దేశం బొత్తిగా చచ్చుపడిపోయినట్టున్నది. కుమారవర్మ చాలా రంగాలలో నెగ్గాడు.

అన్ని రంగాలలోనూ గెలిచినవారిని చిట్టచివరకు రాజైన భైరవుడు సవాలు చేశాడు. అతనికీ, కుమారవర్మకూ కత్తియుద్ధం జరిగింది. కుమారవర్మ కొద్ది క్షణాలలోనే భైరవుణ్ణి నిరా

యుధుడుగా చేశాడు. వెంటనే నిర్ణేతలు కలగజేసుకుని కుమార వర్మ నియమోల్లంఘన చేశాడనీ, లేకపోతే విజయం భైరవుడిది అయి ఉండేదనీ అన్నారు.

వాళ్ళు కుమారవర్మను అవతలికి తీసుకుపోయి, "వెర్రివాడా! నువ్వు పోటీ చేస్తున్నది ఒక వ్యక్తితో కాదు, ఒక గొప్ప పదవితో! నువు ఓడిపోవలసినది భైరవుడికి కాదు, సింహాసనానికి.

రాజును క్షమాపణ కోరి, మరొక పోరాటానికి అవకాశం వేడుకుని, ఈసారి ఓడిపో! లేకుంటే ప్రమాదంలో పడగలవు" అన్నారు. గత్యంతరం లేక కుమారవర్మ వాళ్ళు చెప్పినట్టు చేసి, రెండోసారి భైరవుణ్ణి గెలవనిచ్చాడు. తాను రాజుగా ఉంటూ బహుమానాలందుకోవటంలో ఉండిన రహస్యం కుమారవర్మకు అర్థమయింది. అతను గ్రామానికి తిరిగి రాగానే కొంతమంది అతనితో, "ఏమయింది? అన్ని రంగాల్లోనూ భైరవ మహారాజే గెలిచాడా? ఈ భాగ్యానికి శ్రమపడి రాజధానికి ఎందుకు వెళ్ళావు? నీకు బహుమతే కావాలంటే నువు రాజువు కావాలి" అన్నారు.

భైరవుడి పరిపాలనలో ప్రజాపీడన అంత కంతకూ హెచ్చిపోతున్నది. అది గ్రహించి కుమార వర్మ దేశసంచారం చేసి, ధైర్యోత్సాహాలు గల యువకులను తనతో చేర్చుకుని, రహస్య సైన్యాన్ని తయారు చేసుకున్నాడు.

ఆ సైన్యానికి నాయకుణ్ణి ఎన్నుకోవటానికి యువకుల మధ్య పోటీలు జరిగాయి. అమిత ఉత్సాహంతో జరిగిన యుద్ధవిద్యల పోటీలన్నిటి లోనూ కుమారవర్మ నెగ్గి, సేనా నాయకుడిగా ఎన్నుకోబడ్డాడు.

తిరిగి రాజ్యాన్ని సంపాదించటానికి కుమారవర్మ చాలా చక్కని పథకం ఆలోచించాడు. మరుసటి ఏడు జరిగిన పోటీలకు కుమారవర్మ తన సైన్యాన్ని వెంటబెట్టుకు వచ్చి యుద్ధవిద్యలకు సంబంధించిన పోటీలన్నిటా నెగ్గాడు.

తరువాత భైరవుడు అతన్ని కత్తియుద్ధంలో సవాలు చేశాడు. కుమారవర్మ అతి సులువుగా భైరవుడి చేతి కత్తిని ఎగరగొట్టి తన కత్తిని భైరవుడి గుండెలకు ఆనించి అక్కడ చేరిన ప్రజలతో, "ఈ దుర్మార్గుడు నన్ను చంపాలని చూశాడు. కానీ విశ్వాసపాత్రులు హెచ్చరించటం వల్ల నేను ప్రాణాలతో బయటపడ్డాను. నేను ఒకప్పుడు మీ రాజునైన కుమారవర్మను. ఈ భైరవుడు ప్రజారంజకంగా మిమ్మల్ని పరిపాలించి ఉంటే నేను కలుగచేసుకుని ఉండను. ప్రజల క్షేమం కోసమే నేను ముందుకు వచ్చాను. నన్ను తిరిగి రాజుగా మీరు ఆమోదిస్తారా? లేక సింహాసనం కోసం యుద్ధం చెయ్యాలా?" అంటూ తన మారువేషం తొలగించాడు.

సభికులు జయజయధ్వానాలు చేశారు. రక్తపాతం అవసరం లేకుండానే రాజ్యం తిరిగి కుమారవర్మ వశమయింది. తిరిగి రాణి అయిన కర్పూరవల్లి తన భర్తతో, "మీరే కుమారవర్మ అని మీ సైన్యానికి తెలియనిచ్చి ఉంటే మీరు ఎప్పుడో రాజు అయ్యేవారు గదా?" అన్నది.

"ఈసారి రాజ్యాన్ని వారసత్వంగా కాక స్వశక్తితో సంపాదించదలిచాను. ఇప్పుడు నా శక్తిలో నాకు నమ్మకం కలిగింది గనక, నేను నిర్వహించే పోటీలలో నేను పాల్గొనే అవసరం లేదు" అన్నాడు కుమారవర్మ. తరువాత ఆయన ప్రజాజీవితం నుంచి నేర్చుకున్న అనుభవంతో ప్రజారంజకంగా పాలించాడు. ఆయన పాల్గొనటం మానటం చేత ఆయన నిర్వహించే పోటీలు నిజమైన శక్తిసామర్థ్యాలు గలవాళ్ళను ఆకర్షించాయి.

19. రాజుకంటే గొప్పవాడు

విశాలదేశాన్ని ఏలే ఉదారసేనుడు తన ప్రజలకు మేలు చేసే ఉద్దేశ్యంతో ఎన్నో మంచి శాసనాలు చేశాడు. కాని వాటి ద్వారా సామాన్యప్రజల జీవితాలు బాగుపడలేదు.

దేశంలో పేదరికం ఇంకా తాండవిస్తూనే ఉన్నది. లోపం ఎక్కడ ఉన్నదీ ఆయనకు అంతుబట్టలేదు. ఈ విషయం ఆరా తీయడానికి రాజు రక్తవర్ణుడు అనే ఆంతరంగికుణ్ణి నియమించాడు.

రక్తవర్ణుడు ప్రజల మధ్యకు వెళ్ళి వారిలో ఒకడిగా జీవిస్తూ, చాలా రహస్యాలు తెలుసుకున్నాడు. దేశంలో కొందరు ధనమూ, బలమూ కలవారు రాజోద్యోగులను సైతం లొంగదీసుకుని, ప్రజలకు అన్యాయం చేస్తున్నారు.

వారు చేసే అన్యాయాన్ని బయటపెట్టే ధైర్యం ఎవరికీ లేదు. ఎందుకంటే అన్యాయం చేసేవారే రాజు ఉదారసేనుడి ముఖ్య సలహాదార్లు. ఈ రహస్యం రక్తవర్ణుడికి తెలిసేసరికి, ఆ సంగతి దేశంలోని ధనికులకు కూడా తెలిసిపోయింది.

వాళ్ళు అతన్ని పిలిచి, రాజుకు తమను గురించి మంచిగా చెప్పమని మంచిగానే అడిగారు.

వాళ్ళు చెప్పినట్టు చెయ్యకపోతే తనకూ, తన కుటుంబానికీ ప్రమాదం ఉంటుందని రక్తవర్ణుడికి అర్థమయింది. అతను రాజుగారి దగ్గరికి వెళ్ళి, తన అనుభవాలను గురించి గూఢార్థంగా ఇలా చెప్పాడు...

"మహాప్రభూ! దేశంలో కరువు కాటకాలు ఎందుకు వస్తున్నవో, పేదరికం ఇంకా ఎందుకు ఉంటున్నదో నాకు తెలియకుండా ఉన్నది. మనదేశంలో పలువిధాల సమర్థులైన వారున్నారు. కొంతమంది రాళ్ళను బియ్యంగా మార్చగలరు. కొంతమంది నీళ్ళను పాలుగా మార్చగలరు. ఒక దేవత సహాయంతో ఇంకో దేవత చేత దాస్యం చేయించుకోవడం కొందరికి చేతనవును.

మహా సముద్రానికి కూడా ఆనకట్ట కట్టగలిగినవారు దేశంలో ఉన్నారు. తమ పాలనలో ఇలాంటి సమర్థులుండగా పేదరికం ఇంక ఎంతోకాలం ఉండదని నాకు తోస్తున్నది"

రక్తవర్ణుడు ఇలా చెప్పిన మీదట ఉదారసేనుడు చాలా సంతోషించాడు. ఆయన రక్తవర్ణుణ్ణి సన్మానించి, దేశంలోని ధనికులందరికీ అభినందన సందేశాలు పంపాడు.

తమకు అనుకూలంగా రాజు దగ్గర చెప్పినందుకు ధనికులు రక్తవర్ణుడికి పెద్ద పెద్ద మొత్తాలు బహూకరించారు.

ఇలా ఉండగా విశాలదేశంలో వానలు బొత్తిగా పడక, పంటలు పండక, తిండిగింజలకు కరువు వచ్చి ప్రజలు నానా అగచాట్లూ పడ్డారు.

అప్పుడు ఉదారసేనుడు రక్త వర్ణుణ్ణి పిలిపించి, "ఇదివరలో నువ్వు మన రాజ్యంలో రాళ్ళను బియ్యంగా మార్చగల వాళ్ళు ఉన్నట్టు నాతో చెప్పావు. ఇప్పుడు వాళ్ళతో అవసరం వచ్చింది. పిలుచుకు వస్తావా?" అని అడిగాడు.

"ఇందుకు ధనగుప్తుడే సమర్థుడు మహారాజా! మీరు పిలిపించి అడిగితే ఆయన కాదనడని నా నమ్మకం" అన్నాడు రక్తవర్ణుడు.

ఉదారసేనుడు పిలిచేసరికి ధనగుప్తుడు రెక్కలు కట్టుకుని వచ్చివాలాడు.

"నీ శక్తిసామర్థ్యాల మీద మన దేశపు తిండి సమస్య ఆధారపడి ఉన్నది. దేశంలో తిండిగింజలు బొత్తిగా కరు వయ్యాయి. నీకు పదిమంది కూలివాళ్ళను ఇస్తాను.

వాళ్ళు నీకు రాళ్ళు ముక్కలు చేసిపెడతారు. వాళ్ళ సాయంతో నువు మన నీలపర్వతాన్ని బియ్యంగా మార్చాలి" అన్నాడు రాజు. రాజు మాటలకు ధనగుప్తుడు నివ్వెరపోయి, "అది ఎలా సాధ్యం ప్రభూ?" అన్నాడు.

రాజు చిరాకుపడి తనతో వాదించవద్దనీ వెంటనే వెళ్ళి పనిచూడమనీ ధనగుప్తుడితో అన్నాడు.

ధనగుప్తుడు సాహసించి, "రాజా, మీకెవరో నామీద అబద్ధాలు చెప్పారు. రాళ్ళను బియ్యంగా మార్చగలవాడు ఈ భూమి మీద పుట్టి ఉండడు" అన్నాడు.

ఈసారి రాజు కోపం రక్తవర్ణుడి మీదికి మళ్ళింది.

అయితే రక్తవర్ణుడు చలించకుండా, "ఎందుకో ధనగుప్తుడుగారు అసత్యమాడుతున్నారు. ఆయన రాళ్ళను బియ్యంగా మార్చడం నా కళ్ళతో నేను చూశాను. బియ్యంగా మార్చే రాళ్ళను వీరు వరదయ్య గారి వద్ద కొంటారు" అన్నాడు.

ఈ మాటలు విని ధనగుప్తుడు తడబడ్డాడు. ఇందులో ఏదో రహస్యం ఉందని రాజుకు తోచింది. అప్పటికప్పుడు ఆయన ధనగుప్తుణ్ణీ, రక్తవర్ణుణ్ణీ వెంటబెట్టుకుని వెళ్ళి విషయం తెలుసుకున్నాడు.

ధనగుప్తుడు వరదయ్య వద్ద బియ్యం ప్రమాణంలో ఉండే రాళ్ళు కొని, తొమ్మిది బస్తాల బియ్యంలో ఒక బస్తా రాళ్ళ చొప్పున కలుపుతున్నాడు.

"చూశారా! ప్రభూ? ఈయన ఒక బస్తా రాళ్ళను తొమ్మిది బస్తాల బియ్యంలో కలిపి, పది బస్తాల బియ్యం చేస్తున్నాడు. ఇప్పుడైనా ధనగుప్తుడి శక్తిసామర్థ్యాలు గ్రహించారా?" అని రక్తవర్ణుడు రాజును అడిగాడు.

"ఇదా వీడి సమర్థత?" అని మండిపడి రాజు ఉదారసేనుడు భటులను పిలిచి, ధనగుప్తుణ్ణి వెంటనే ఖైదు చేయించాడు. ఆయన రక్తవర్ణుడితో, "ఇలాగే నువ్వు చెప్పిన మిగతా విషయాలలో కూడా గూఢార్థాలున్నట్టున్నాయి. మళ్ళీ చెప్పు" అన్నాడు.

రక్తవర్ణుడు ఇలా చెప్పాడు : "పాలలో నీరు కలిపి అమ్మితే నీళ్ళను పాలుగా మార్చినట్టే గదా? దేశంలో వ్యాపారస్థులందరూ ఇదే విధంగా అన్ని వస్తువులనూ కల్తీ చేస్తున్నారు.

ధనవంతులు లక్ష్మీదేవి అండతో సరస్వతీ ప్రసన్నులైన విద్యావంతుల చేత సేవలు చేయించుకుంటున్నారు.

వాళ్ళు ఎంత ప్రజాకంటకులైనా ప్రజలు తిరగబడడం లేదు. అంటే ఈ ధనికులు ప్రజాసముద్రానికి ఆనకట్ట కట్టి, అందువల్ల ప్రతిఫలం పొంది మరింత ధనవంతులవుతున్నారు".

అన్నీ విని రాజు ఆశ్చర్యపడి, "దేశంలో ఇన్ని అన్యాయాలు

జరుగుతూంటే, నేను నీకు అప్పగించిన బాధ్యత మరిచిపోయి, కులుకుతూ కూర్చున్నావా?" అని రక్తవర్ణుడి మీద మండిపడ్డాడు.

"నేనేం చేసేది ప్రభూ? మీరు చేసిన శాసనాలు ఉల్లంఘించినవారికి పెద్ద పెద్ద శిక్షలున్నాయి. కాని నేను దోషులుగా కనుక్కున్న వారందరూ శాసనాలను ధిక్కరించిన వాళ్ళే. అయినా వాళ్ళకు ఏ శిక్షా పడలేదు.

అందుచేత వాళ్ళు మీకన్నా బలవంతులై ఉండాలను కున్నాను. అందుకే వాళ్ళ నేరాన్ని మీకు సూటిగా చెప్పలేక పోయాను" అన్నాడు రక్తవర్ణుడు.

"అవును. శాసనాన్ని ఉల్లంఘించి కూడా శిక్ష పొందనివాళ్ళు రాజుకన్న బలవంతులే అవుతారు. అలాంటి వాళ్ళు నా దేశంలో చాలామంది ఉన్న కారణంగా దేశం అధోగతిలో వున్నది. ఈ లోపాన్ని సవరించాలి" అని ఉదార సేనుడు దేశంలోని అవినీతిపరులను ఖైదు చేయించి, తన శాసనాలన్నీ సక్రమంగా అమలు జరిగేలా స్వయంగా చూసు కుని, త్వరలోనే దేశంలోని పేదరికాన్ని తొలగించగలిగాడు.

20. ఉడుతకు చారలు

ఒక గ్రామంలో విద్యానాధుడనే మహాపండితుడు ఒక గురుకులాన్ని నడిపే వాడు. దాని ఖ్యాతి విని ఎంతో దూర ప్రాంతాల నుంచి కూడా విద్యార్థులు అక్కడికి వస్తూండేవారు.

విద్యానాధుడి కొడుకు బృహస్పతి తండ్రికి ఏమాత్రమూ తీసిపోని పండితుడుగా తయారయ్యాడు. త్వరలో తన స్థానం తన కొడుక్కు ఇయ్యాలని నిశ్చయించి విద్యా నాధుడు, "నాయనా! నీకు విద్య పూర్తిగా అబ్బింది. ఇక లోకజ్ఞానం కావాలి. లోకం పోకడా, మనుష్యులు జీవించే పద్ధతీ తెలుసుకుంటేగానీ, నీ జ్ఞానాన్ని విద్యార్థులకు ఉపయోగపడేలా చెయ్యలేవు. అందుచేత కొంతకాలం దేశాటన చేసి, అవసరం అయిన లౌకికజ్ఞానం సంపాదించి తిరిగిరా" అన్నాడు.

వెంటనే బృహస్పతి గ్రామాల వెంట తిరిగి, ప్రజల వాస్తవ జీవితాన్ని శ్రద్ధగా పరిశీలించుతూ, పుస్తకాలలో చెప్పని ఎన్నో విషయాలు తెలుసుకోసాగాడు. కొన్నిచోట్ల అతనికి ఆశ్చర్యకరమైన సంఘటనలు కూడా ఎదురయ్యాయి.

ఒక గ్రామంలో కొందరు కండలు తిరిగిన వస్తాదులు ఒక బలహీనుడికి పాదపూజలు చేస్తూ, "మహాబలుడికి జయము! జయము!" అని నినాదాలు చెయ్యడం బృహస్పతి గమనించాడు. అతను ఆ విడ్డూరానికి కారణం ఏమని విచారిస్తే, అతనికి ఈ కింది విషయం తెలిసింది.

ఒకప్పుడా గ్రామంలో మహాబలుడనే వాడు ఉండి, ఆ గ్రామాన్ని అనేకసార్లు విపత్తుల నుండి కాపాడాడు. చుట్టుపక్కల అరణ్యాల నుంచి క్రూరమృగాలు వచ్చి గ్రామం మీద పడితే వాటిని ఒంటరిగా ఎదిరించి చంపాడు.

ఒకసారి దుర్ముఖుడనే రాక్షసుడు ఆ గ్రామాన్నే గాక, చుట్టుప్రక్కల గ్రామాలను కూడా పీడించడం మొదలుపెట్టితే, మహాబలుడు మహాకాళికి పూజలు చేసి, దుర్ముఖుణ్ణి ఎదుర్కొని ఘోరయుద్ధం చేసి, చివరకు వాణ్ణి చంపాడట.

అటు తరువాత ఆ ప్రాంతాల అనేక గ్రామాల వారికి మహాబలుడంటే అమితమైన అభిమానం ఏర్పడింది. ముఖ్యంగా బల శాలులకు అతను ఆరాధనా దైవం అయ్యాడు.

వాళ్ళు దుర్ముఖుడు మరణించినరోజు పర్వదినంగా భావించి, ఆ రోజు మహా బలుడికి పాదపూజ చేస్తూ వచ్చారు. మహా బలుడు పోయాడు. కొన్ని వందల సంవత్స రాలు గడిచాయి. అయినా ఆ పర్వదినం రోజు మహాబలుడి సంతతివాడికి పాదపూజ జరుగుతూనే ఉన్నది.

పూర్వీకుల గొప్పతనాన్ని బట్టి మనుమలను ఆరాధించటం బృహస్పతి ఇంకా అనేక సందర్భాలలో చూడటం జరిగింది. అయితే అందుకు విరుద్ధమైన సంఘటన కూడా అతనికి మరో గ్రామంలో ఎదుర యింది. అతను ఆ ఊరి పెద్ద వితండుడి ఇంట్లో బస చేశాడు. విద్యానాథుడి కీర్తి దేశమంతటా వ్యాపించి ఉండటం చేత ఆయన కొడుకైన బృహస్పతికి వెళ్ళిన చోటల్లా గౌరవం దక్కింది.

అలాగే వితండుడు బృహస్పతితో, "మహాశయా! ఈరోజు మా గ్రామానికి ఆస్థానకవిని ఎన్నుకుంటున్నాం. తమవంటి పండితుల సమక్షంలో ఆ ఎన్నిక జరిగిందంటే మా గ్రామస్థులందరికీ ఎంతో తృప్తి. తమరు కూడా అక్కడికి రావాలి" అంటూ ఆహ్వానించాడు. బృహస్పతి అందుకు సరేనని ఆయనతో బయలుదేరి వెళ్ళాడు.

ఆస్థానకవి పదవి కోసం ఆరుగురు వచ్చారు. అందులో ఇద్దరే ఇద్దరు ఆశువుగా కవిత్వం చెప్పగలవాళ్ళు. అందులో ఒకడు తాను రచించిన మూడు కావ్యాలను వెంట తెచ్చాడు. ఆ కవిని చూసి వితండుడు అకస్మాత్తుగా, "నువు అంబరుడివి కాదూ?" అన్నాడు. అతను అవునని తల ఆడించాడు.

"అంబరుడైతే ఆస్థానకవి పదవికి కనీసం అయిదు కావ్యాలైనా రాసి ఉండాలి" అని వితండుడు రెండో ఆశుకవిని ఆస్థానకవిగా నిర్ణయించాడు.

బృహస్పతి ఈ వింత ఎన్నికకు ఆశ్చర్యపడి, "అయ్యా! అంబరుడు అతని పేరా? అతను చేసిన తప్పు ఏమిటి?" అని వితండుణ్ణి అడిగాడు. అతను తెలుసుకున్నది ఇది :

అంబరుడు అన్నది మనిషి పేరు కాదు; జాతి పేరు. తాము ఆకాశం నుంచి ఊడిపడ్డామని ఈ జాతివాళ్ళు ఒకప్పుడు ఆ పేరు పెట్టుకున్నారు. చదువుకునే అర్హత తమకే ఉన్నదనీ, మిగిలినవారంతా కాయకష్టం చేసి బతకాలనీ వాళ్ళు అన్నారు. వాళ్ళు రాజుల ప్రాపకం సంపాదించి, తమ జాతిని మిగిలిన జాతులన్నీ పూజించాలన్నారు. కొన్ని జాతులను అస్పృశ్యులుగా ప్రకటించారు. ప్రజలను నానాహింసలూ పెట్టారు. కొంతకాలానికి రాజ్యంలో చాలా మార్పులు ఏర్పడ్డాయి. ప్రజలే ఏలిక లయ్యారు.

అప్పటినుంచీ అంబరుల మీద అనేక ఆంక్షలు విధించబడ్డాయి. ఇప్పటి అంబరులలో తాము అధికులమన్న అహంకారం ఏమీ లేదు. కాని వాళ్ళ పూర్వీకులు చేసిన తప్పుకు అంబరులకు కలకాలం కష్టాలుంటాయి. బృహస్పతి ఒక సంవత్సరంపాటు దేశాటన చేసి, లోకజ్ఞానం సంపాదించి ఇంటికి తిరిగి వెళ్ళి, తన తండ్రి నడిపే గురుకులానికి తానే అధిపతి అయ్యాడు. ఒకనాడు అతను శిష్యులకు ఉడుత భక్తి గురించి చెబుతూ, రాముడు వారధి కట్టేటప్పుడు ఉడుత చేయాలనుకున్న సహాయానికి మెచ్చుకుని, ఆయన దాన్ని వేళ్ళతో రాచాడు. ఆ చారలు ఇప్పటికీ ఉడుతజాతికి ఉన్నాయని అన్నాడు.

ఇందుకు ఒక శిష్యుడు అభ్యంతరం చెబుతూ, "సహజ లక్షణాలు జాతికి సంక్రమిస్తాయి గానీ, కృత్రిమంగా ఏర్పడిన లక్షణాలు ఎలా సంక్రమిస్తాయి గురువుగారూ?

మా నాన్నకు చిన్నతనంలో నుదుటి మీద గాయమై, మాని మచ్చకట్టింది. కాని ఆ మచ్చ మాకెవరికీ రాలేదు" అన్నాడు.

బృహస్పతి ఆ మాటకు నవ్వి, "నేను చెప్పిన దానిలో నీతి అది కాదు. ఉడుత చారలు పైకి కనిపిస్తున్నాయి.

కాని మానవజాతులలో, ఒక జాతి చేసిన మంచిగానీ, చెడు గానీ ఆ జాతి మీద శాశ్వతంగా కనపడని ముద్ర వేస్తుంది" అని తాను ప్రత్యక్షంగా చూసిన మహాబలుడి పాదపూజ గురించీ, అంబరుడి కథ గురించీ చెప్పాడు.

చందమామ 64 కథలు-1

21. చిరంజీవి కథ

కళ్యాణస్వామి అనే ఆయన వింధ్యారణ్యంలో ఆశ్రమం నిర్మించుకుని తన వద్దకు వచ్చిన విద్యార్థులకు చదువు చెప్పేవాడు.

"నీకు చదువుతో ఏం అవసరం?" అని ఆయన విద్య కోసం వచ్చిన వారిని అడిగితే, ప్రతి ఒక్కడూ బ్రతుకుతెరువు కోసం అని చెప్పేవాడు. ఆ సమాధానం ఆయనకు నిరాశ కలిగించేది.

కాని చిరంజీవి అనే శిష్యుడు అదే ప్రశ్నకు సమాధానంగా "నా విద్యను మానవసేవకు వినియోగిస్తాను" అన్నాడు.

ఆ మాటలకు కళ్యాణస్వామి ఎంతో సంతోషించి అయిదు సంవత్సరాలు చిరంజీవికి చదువు చెప్పి, అతన్ని పంపేటప్పుడు, "అన్నమాట తప్పకుండా మానవసేవకు నీ జీవితాన్ని అంకితం చెయ్యి" అని జ్ఞాపకం చేశాడు.

చిరంజీవి ఆయన దీవెనలందుకుని ఒక గ్రామం చేరి అక్కడ నివాసం ఏర్పాటు చేసుకున్నాడు. అతను గ్రామప్రజలకు మంచిచెడ్డలు విడమర్చి చెప్పుతుండేవాడు.

వాళ్ళు కూడా అతన్ని ఎంతో ఆదరభావంతో చూసేవారు. అతను ఆ ఊరు వచ్చిన వారంరోజులకల్లా బందిపోటు దొంగల గురించి తెలిసింది.

నెలకొకసారి పదిమంది బందిపోటు దొంగలు ఆ ఊరికి వచ్చి తమకు అడ్డు వచ్చిన వారిని చావగొట్టి ఇళ్ళన్నీ దోచుకునిపోతున్నారు.

చిరంజీవి ఈ వివరాలు విన్నమీదట గ్రామప్రజలను అందరినీ సమావేశపరచి "మనిషికి పిరికితనం కంటే పెద్ద శాపమూ, అవమానమూ లేదు.

ఇంతమంది యువకులున్న ఈ గ్రామాన్ని పదిమంది దొంగలు భయపెట్టి, బాహాటంగా దోచుకోవడమేమిటి? వాళ్ళను ధైర్యంగా ఎదిరించి పట్టుకుని రాజుగారికి అప్పగించండి" అన్నాడు.

చిరంజీవి మాటలతో చైతన్యం పొంది ఒక పాతికమంది యువకులు దొంగలను ఎదుర్కోవడానికి సాహసంతో ముందుకు వచ్చారు.

తరువాత పదిరోజులకు దొంగలు రానేవచ్చారు. చిరంజీవి చెప్పిన ప్రకారం పాతికమంది యువకులూ వాళ్ళను ఎదిరించారు.

అయితే కత్తిసాములోనూ, కర్రసాములోనూ ఆరితేరిన దొంగలు క్షణాల మీద ఆ యువకులను ఓడించి "ఇంతకాలమూ మమ్మల్ని ఎదిరించటానికి లేని సాహసం ఈరోజు ఎలా వచ్చింది?

ఎవడో దుర్మార్గుడు మిమ్మల్ని రెచ్చగొట్టి ఉండాలి. వాడెవడో చెబితే మిమ్మల్ని ఏమీ చేయం" అన్నారు.

యువకులు తటపటాయించారు. కాని చిరంజీవి ధైర్యంగా ముందుకు వచ్చి, "మీరు చేస్తున్నది అన్యాయం! దాన్ని ఎదుర్కోవలసిందిగా నేనే ఈ యువకులను ప్రోత్సహించాను" అని దొంగలతో అన్నాడు.

దొంగలు వెంటనే చిరంజీవికి స్పృహపోయేటట్టు చావగొట్టి "ఈసారికి పోనిస్తున్నాం. ఇంకోసారి మమ్మల్ని ఎదిరిస్తే గ్రామానికి నిప్పుపెట్టి మరీ పోతాం" అని ఊరివాళ్ళను బెదిరించి ఇళ్ళన్నీ దోచుకుని తమదారిన తాము వెళ్ళిపోయారు.

చిరంజీవి చావుబ్రతుకుల్లో ఉన్నాడు. ఊళ్ళో వైద్యుడన దగినవాడు లేడు. కొంతమంది అతన్ని దూరగ్రామానికి తీసుకు పోయి వైద్యం చేయించారు. ఒకరోజల్లా స్పృహలేకుండా పడి ఉండిన చిరంజీవి ప్రమాదస్థితి నుండి బయటపడి కోలుకో సాగాడు.

అతను తిరిగి తమ గ్రామానికి వస్తే ప్రమాదమని అతన్ని తెచ్చినవాళ్ళు అతనికి తెలివివచ్చే లోపునే తమ గ్రామానికి తిరిగి వెళ్ళిపోయారు.

అయితే పదిహేను రోజుల అనంతరం చిరంజీవి మరొక పెద్దమనిషిని వెంటబెట్టుకుని ఆ గ్రామానికి తిరిగివచ్చాడు. అతను మళ్ళీ రావటం గ్రామ ప్రజలకు ఎంతమాత్రమూ నచ్చలేదు.

చిరంజీవి ఊరిపెద్దలను కొందరిని కలుసుకుని, “ఈ ఊళ్ళో వైద్యుడు లేకపోవటం వల్లనే గదా మీరు నన్ను పొరుగూరు తీసుకుపోవలసి వచ్చింది? ప్రతి గ్రామానికి కనీసం ఒక వైద్యుడైనా ఉండాలి. అందుకే నేను ఈ వైద్యుణ్ణి తెచ్చాను. ఇతను వైద్యంలో గట్టివాడు. ఈ గ్రామంలో స్థిరపడటానికి ఇతన్ని నేను ఒప్పించాను” అన్నాడు.

చిరంజీవి మాటలకు ఊరిపెద్దలు చలించిపోయారు. దొంగల వల్ల ప్రాణభయం అందరికన్నా చిరంజీవికే ఎక్కువ. అయినా తాము భయపడుతూంటే అతను ప్రాణం కూడా లక్ష్యపెట్టక గ్రామక్షేమం కోరి వైద్యుణ్ణి తెచ్చాడు.

ఈసారి చిరంజీవి పైన గ్రామంలో అందరికీ అపారమైన గౌరవం కలిగింది. మరోసారి దొంగలు వచ్చే సమయానికి వందల సంఖ్యలో గ్రామప్రజలు వాళ్ళను ఎదిరించి పట్టుకుని రాజుగారికి అప్పగించారు. ఆ గ్రామానికి తన వల్ల జరగదగిన ఉపకారం జరిగిందని భావించి చిరంజీవి అక్కడి నుంచి సెలవు తీసుకున్నాడు.

22. హడావుడి మనిషి

విద్యావతి బద్ధకం మనిషి కాదు గాని, తాను చేయవలసిన ప్రతి పనిని గోరంతలు కొండంతలు చేసి చూసుకుని భయపడిపోతుంది.

విద్యావతి భర్త రాజుగారి కొలువులో ఉండేవాడు. ఉదయం వెళ్ళిన మనిషి మళ్ళీ రాత్రికే వచ్చేవాడు. ఆయన అలా కొలువుకు వెళ్ళగానే, ఈవిడ నాలుగిళ్ళకూ పెత్తనానికి వెళ్ళేది. ఆవిడ అంటే అందరికీ సరదా కావటం చేత వెళ్ళినచోటల్లా కాసేపు కూర్చోమని బలవంతపెట్టేవారు.

"ఎలా కూర్చునేదమ్మా?" ఆయన వచ్చేసరికి వంట చెయ్యాలి గదా!" అని రాత్రికి చేయాల్సిన వంట గురించి హడావుడి పడిపోయేది.

"వంటకేముంది? ఇద్దరేగా మీరు?" అని ఒకామె కూరా, ఇంకో ఆమె పచ్చడి ఇచ్చేవారు. అయినా ఆమె తన భర్త వచ్చేలోగా అన్నం వండగలనో, లేనో అని బెంగపడిపోయి ఉండి, తన భర్త ఇంటికి వచ్చాక, ఆయన సాయంతో ఆ పని పూర్తిచేసేది.

ఎవరైనా తనని పని సాయానికి పిలిస్తే "అయ్యో, ఈవేళ ఆయన బట్టలు ఉతకాలి" అనో, "ఇంకా గిన్నెలు కడుక్కోలేదు" అనో వంకలు చెప్పేది. ఆవిడ సంగతి అందరికీ తెలియడం వల్ల ఆమెను పనిసాయం అడగడం మానేసారు.

విద్యావతికి ఇద్దరు ఆడబడుచులున్నారు. ఇద్దరూ పెళ్ళిళ్ళు అయి, కాపురాలు చేసుకుంటున్నారు. విద్యావతి భర్తకు వాళ్ళంటే ఎంతో ఇష్టం.

వాళ్ళకు వేరుశెనక్కాయలు, పేలాలు అంటే ఎంతో ఇష్టం. వాళ్ళు ఉంటున్న ప్రాంతాలలో అవి దొరకవు.

విద్యావతి భర్త తన చెల్లెళ్ళ కోసమని ఒక బిందెడు వేరుశెనగకాయలూ, ఒక బిందెడు ధాన్యమూ కొని, "నా చెల్లెళ్ళు వస్తున్నారు. వాళ్ళు వచ్చేసరికి నువు ఈ వేరుశెనగ కాయలు ఒలిచి, ధాన్యమంతా పేలాలు చేసి ఉంచు. వాళ్ళు నీ పనితనానికి, అభిమానానికి ఎంతో మెచ్చుకుంటారు. ఉత్తప్పుడెలాగున్నా, ఇప్పుడైనా ఈ పనులన్నీ చెయ్యి" అన్నాడు.

ఆ మాటకు సరేనన్నదే గాని విద్యావతి గుండెల్లో రాయి పడింది.

ఆమె మనసంతా ఈ పనితోనే నిండిపోయింది. ఎవరింటికి వెళ్ళినా ఆమె "మా ఆడబడుచులు వచ్చేస్తున్నారు. బిందెడు వేరుశెనగకాయలు ఒలవాలి! బిందెడు ధాన్యం పేలాలు చేయాలి!" అనసాగింది. ఆవిడ ఎవరికీ సాయపడిన మనిషి కాదు గనుక, ఎవరూ ఆవిడకు సాయం చెయ్యడానికి ముందుకు రాలేదు. ప్రతిరోజూ ఈ పనులు మొదలుపెట్టాలని ఆమె అనుకునేది. కాని తీరా మొదలుపెట్టబోయేసరికి, చేయాల్సినపని తలుచుకుని ఆమె గుండె అవిసిపోయేది.

"అమ్మో! ఇంత పని! మొదలుపెడితే ఎప్పటికి తెమలను?" అనుకుని ఆమె పెత్తనాలకు వెళ్ళేది. అయితే స్థిరంగా ఎక్కడా కూర్చోలేకపోయేది. రానున్న ఆడపడుచులనూ, తాను చేయాల్సిన పనుల్నీ తలుచుకుని ఎంతో ఆరాటపడేది.

ఆడబడుచులు రావడానికింకా పది రోజులున్నదనగా విద్యావతి పెత్తనాలకు వెళ్ళడం మానేసింది. ఆవిడకు పాపం ఎన్ని పనులున్నాయో, ఏమిటో అని అందరూ జాలిపడ్డారు. ఆవిడ లేకపోతే కొంతమందికి కాలక్షేపం కాదు; వాళ్ళు ఆవిణ్ణి పిలవడానికి వెళ్ళారు.

అయితే విద్యావతి చాలా హడావుడిగా ఉన్నట్టు కనపడుతూ, వాళ్ళను గుమ్మంలోనే పలకరించి పంపేసింది. ఒకరోజు మధ్యాహ్నం గారడీవాడు వచ్చాడు. వీధిలోని ఆడవాళ్ళంతా వాడి ప్రదర్శన చూశారు గానీ, విద్యావతి ఆ ఛాయలకు రాలేదు. "మా ఆడపడుచులు వస్తున్నారు. చాలా పనులున్నాయి" అన్నదామె.

ఇదేవిధంగా కాశీ నుంచి గాజులవాడు వచ్చినా, కంచి నుండి పట్టుచీరలవాడు వచ్చినా, చూడడానికి గాని, బేరా లాడడానికి గాని విద్యావతి బయటకు రాలేదు. తన ఆడ బడుచులు వచ్చేస్తున్నారని, తనకు క్షణం తీరికలేదనీ అందరికీ చెప్పేసింది. ఆవిడ ముఖంలోని గాభరా చూసి, ఆవిడ ఆడబడుచులు చాలా గడుగ్గాయిలై ఉంటారని ఆడవాళ్ళందరూ అనుకున్నారు.

ఆ విధంగా విద్యావతి ఆడబడుచులను చూడాలన్న కుతూహలం కలిగి, అందరూ ఆ ఆడబడుచుల రాకకోసం ఎదురుచూడసాగారు.

ఆఖరికి విద్యావతి ఆడ బడుచులు రానేవచ్చారు. వాళ్ళు విద్యావతితో ఎలా మసులుతారో చూడ్డం కోసమని ఆ రోజు మధ్యాహ్నమే ఆ వీధిలోని ఆడవాళ్ళంతా విద్యావతి ఇంటికి వెళ్ళి అక్కడి దృశ్యం చూసి నిర్ఘాంతపోయారు. విద్యావతి ఆడబడుచులలో ఒకామె వేరుశెనగకాయలు ఒలుస్తున్నది. రెండో ఆమె పేలాలు వేయిస్తున్నది. విద్యావతి హడావుడిగా అటూ, ఇటూ తిరుగుతున్నది. చూడవచ్చిన వారిలో ఒకామె బుగ్గలు నొక్కుకుని, "అయ్యో! ఈమాత్రానికేనా తల్లీ, ఇన్నిరోజులూ గుమ్మం కదిలి బయటకిరాలేదు?" అన్నది.

"పని తలుచుకుంటే నాకు కాళ్ళూ, చేతులు ఆడవు. అందుకే ఇన్నాళ్ళూ బయటికి రాలేకపోయాను" అన్నది విద్యావతి. "మా వదిన ఉత్త హడావుడి మనిషిలెండి" అన్నారు విషయమంతా విన్న ఆడబడుచులిద్దరూ నవ్వుతూ.

చందమామ 70 కథలు-1

23. కొత్త అల్లుడి బాధ్యత

రంగరాజుది పెద్ద కుటుంబం. పదిమంది పిల్లలు. పెద్దవాళ్ళు ఆరుగురూ ఆడపిల్లలే. అయితే రంగరాజు నూరెకరాల మాగాణీ భూమి గల సంపన్నుడు. అందుచేత అతని కుటుంబానికి వైభోగంగా జరిగిపోతున్నది.

పెద్ద కూతురికి పెళ్ళి చేశాక రంగరాజు దీర్ఘవ్యాధితో మంచాన పడ్డాడు. అందుచేత ఆయన తన పెద్ద అల్లుణ్ణి తన ఇంటనే ఉండి, ఇంటి బాధ్యత వహించమని కోరాడు. పెద్ద అల్లుడు రాజయ్య పెద్ద దివాణానికి పెత్తనం దొరికింది గదా అని ఒప్పుకున్నాడు.

అతను మంచి వ్యవహార దక్షత గల వాడనటానికి సందేహం లేదు. మామగారి వ్యవహారాలు ఆకళింపు చేసుకోవడానికి అతనికి ఎంతోకాలం పట్టలేదు. రంగరాజు పొలాలనూ, పశువులనూ చూసే నౌకర్లు ముప్ఫైమంది దాకా ఉన్నారు.

రాజయ్య గాదె కింది పందికొక్కులా మామగారి ద్రవ్యాన్ని తాను వీలయినంత వెనక వేసుకోసాగాడు. అందు కోసం మామగారి కుటుంబం పొదుపు అవలంబించేలాగా చేశాడు. ఏడాదికి మూడుసార్లే కొత్త బట్టలు! వారానికి ఒకసారే పిండివంటలు!

అతను తన మరదళ్ళు నలుగురికి పెళ్ళిళ్ళు చేసేటప్పుడు తన తోడల్లుళ్ళు తన చెప్పుచేతలలో ఉండేవాళ్ళుగా చూసి మరీ చేశాడు. అతని వ్యవహారాలలో జోక్యం కలుగజేసుకోకుండా ఉంటే అతను తమకు సుఖంగా జరుగుబాటు అయేలాగా చూస్తాడని వాళ్ళు గ్రహించి, అతని పెత్తనం నిరాఘాటంగా సాగనిచ్చారు.

ఇలా ఉండగా రంగరాజు ఆరో కూతురి పెళ్ళి రాజయ్య ఇష్టప్రకారం జరగలేదు. ఆ పిల్ల వీర్రాజు అనే యువకుణ్ణి ప్రేమించి, అతన్ని తప్ప పెళ్ళాడనన్నది. ఆ ఇద్దరికీ పెళ్ళి అయింది. దానితో రాజయ్యకు చిక్కులు ఆరంభమయ్యాయి.

వీర్రాజు వయసుకు చిన్నవాడైనా మంచి తెలివితేటలు గలవాడు. అతను రాజయ్య ప్రతి చర్యనూ ఎక్కదీసి ప్రశ్నించ సాగాడు. ఇందువల్ల రాజయ్య పెత్తనానికి అడుగడుగునా ప్రతిబంధకాలేర్పడ్డాయి. ప్రమాదాన్ని గ్రహించి, అతను తన మామగారితో, "చూస్తున్నారు గదా? ఇటీవల మనకు డబ్బు ఇబ్బంది ఎక్కువగా ఉంటున్నది. కారణం మరేమీ లేదు. ఇంటా, బయటా కూడా క్రమశిక్షణ తగ్గిపోయింది. నేను ఇంటికి అల్లుణ్ణిగానీ, ఆస్తికి వారసుణ్ణి కాను గదా! అందుకని నామాట ఎవ్వరూ వినడం లేదు" అన్నాడు.

ఈ మాటకు రంగరాజు నొచ్చుకుని, "అయితే ఏం చెయ్యాలి?" అని అడిగాడు.

మీకు నామీద నమ్మకం ఉంటే, మీ పెద్ద అబ్బాయికి కాస్త వ్యవహారజ్ఞానం అబ్బేదాకా, ఆస్తిని కాపాడడానికి సర్వహక్కులూ నాకిచ్చినట్టు ప్రకటించండి" అన్నాడు రాజయ్య.

ఆ ప్రకారమే రంగరాజు ఇంటిల్లిపాదినీ, పనివాళ్ళనూ పిలిచి, రాజయ్య ఏం చెప్పినా అది తాను చెప్పినట్టేనని, అతని మీద ఎవరు ఫిర్యాదు చేసినా తాను వినబోవడం లేదనీ చెప్పేశాడు.

ఇంక రాజయ్య విజృంభించి మామగారి సొత్తును మరింత చురుకుగా కొల్లగొట్టసాగాడు. అందరికన్న ఎక్కువ ప్రతిబంధకంగా ఉన్న వీర్రాజు మీద దొంగతనం ఆరోపణ చేసి, న్యాయాధికార్లకు అప్పగించి, నిర్బంధంలో పెట్టించాడు. వ్యవహారం ఇలా ముదిరినాక రంగరాజు ఆక్షేపణ తెలిపితే, ఆయనకు మతి చలించిందని రాజయ్య ప్రచారం చేశాడు.

అతనికి ఇక అడ్డు లేదు. అతను తన సొంత ఊళ్లో బహిరంగంగానే పెద్ద మేడ కట్టించ నారంభించాడు.

అయితే వీర్రాజు మీది దొంగతనం ఆరోపణ నిలవలేదు. అతన్ని అధికారులు నిర్బంధం నుంచి విడిచిపెట్టారు. అతను పరిస్థితులన్నీ తెలుసుకుని న్యాయాధికారితో రాజయ్య దుర్మార్గాలన్నీ చెప్పి, తన మామగారికి పిచ్చి ఎక్కిందని గదిలో బంధించి ఉంచాడనీ, వైద్యుల చేత పరీక్ష చేయించమనీ కోరాడు. వైద్యులు రంగరాజును పరీక్షించి ఆయనకు ఎలాంటి పిచ్చీ లేదని చెప్పారు.

రంగరాజు తన పెద్ద అల్లుడికి లోగడ ఇచ్చిన పెత్తనం రద్దు చేసి, దాన్ని వీర్రాజుకు అప్పగించాడు.

కొన్ని నెలలు గడిచాయి. రాజయ్య అసలు స్వరూపం బయటపెట్టటం తప్ప వీర్రాజు మరేమీ సాధించలేదు.

పనివాళ్ళలో చురుకు లేదు. రాజయ్య కొందరు పనివాళ్ళను కూడగట్టుకునేటందుకు వారికి సోమరితనం మప్పాడు. దానివల్ల ఇతరులకు కూడా పనిలో శ్రద్ధ పోయింది.

తమ శ్రమ ఫలితం గురించి వాళ్ళు గర్వించటం మానేశారు. పశుసంపద కూడా అస్తవ్యస్తంగా ఉన్నది. వీర్రాజు ఈ పరిస్థితిని కొంచెం కూడా మార్చలేకపోయాడు.

అతడు తన అశక్తతను గురించి ఒకసారి రంగరాజుతో మాట్లాడాడు. రంగరాజు నవ్వి, "రాజయ్య దుర్మార్గుడైనంత మాత్రాన సమర్థుడు కాకపోలేదు. అతని స్వార్థం అతని సామర్థ్యాన్ని దెబ్బతీసింది. అతని తప్పులు ఎంచడం మానేసి, ఖర్చుకు తగ్గట్టుగా ఆదాయాన్ని పెంచే మార్గం చూడు. కొత్త అల్లుడివైన నీ బాధ్యత అదే" అన్నాడు.

దానితో వీర్రాజు రాజయ్య విషయం మరచిపోయి, రంగరాజు ఆస్తిని సక్రమమైన మార్గంలో పెట్టి, రెండేళ్ళలో పూర్వపు ఐశ్వర్యాన్నీ, వైభోగాన్నీ తిరిగి నెలకొల్పాడు.

24. సారంగుడి వైరాగ్యం

సుదర్భ దేశంలో అన్నిరకాల దురాచారాలూ ఉండేవి. అంటరానితనం ఉండేది. పంచములను ఊరికి దూరంగా ఉంచేవాళ్ళు. ఆడపిల్లలకు కట్నాలు పోస్తేగానీ పెళ్ళిళ్ళు అయ్యేవి కావు. అధికార్లు లంచాలు మరిగారు. ఉన్నవాళ్ళూ, లేనివాళ్ళూ కూడా తాగుడు మరిగి, డబ్బు తగలేసుకుని, ఆరోగ్యాన్ని కూడా కోల్పోయేవారు.

సుదర్భదేశంలో సారంగుడనే మహాత్ముడు ఉండేవాడు. దేశంలో దురాచారాలు పోగొట్టాలంటే ప్రజలలో హెచ్చుగా ఉన్న నిరక్షరాస్యత నిర్మూలించాలని తీర్మానించుకుని దురాచారాల నిర్మూలనకు పెద్ద ఎత్తున ఉద్యమం లేవదీశాడు. తన ఉద్యమాన్ని చాలామంది వ్యతిరేకించినా ఆయన లక్ష్య పెట్టలేదు.

యువకులు అధికసంఖ్యలో ఆయనను బలపరిచారు. రాజు ఆ ఉద్యమాన్ని అణచటానికి యత్నించాడు. సైనికులు కూడా ప్రజలతో చేరిపోయి, రాజును పడగొట్టారు. సారంగుడే దేశానికి రాజు కావాలని ప్రజలు ఏకకంఠంగా కోరారు.

అయితే సారంగుడికి రాజ్యకాంక్ష లేదు. అతను తన అనుచరులలో ముఖ్యమైన చరితార్థుడు అనేవాణ్ణి రాజుగా చేసి, ప్రజలలో ఎలాంటి దురాచారాలు తల ఎత్తకుండా చూసుకోవాలో చెప్పి, తపస్సు చేసుకుంటానని అడవులకు వెళ్ళిపోయాడు.

ఆయన అడవులలో ఆశ్రమం కల్పించుకుని, పదిహేనేళ్ళు గడిపినాక, సుదర్భదేశం ఇప్పుడెలా ఉన్నదో తెలుసుకోవాలని పించింది. సారంగుడు చరితార్థుడి వద్దకు ఒక శిష్యుణ్ణి పంపి, తనకు దేశపరిస్థితి చూడాలని ఉన్నట్టు కబురు చేశాడు.

ఈ కబురు అందగానే చరితార్థుడు ఒక రథం మీద తానే సారంగుణ్ణి చూడవచ్చాడు. సారంగుడు తన ఆశ్రమాన్ని శిష్యులకు అప్పగించి, చరితార్థుడి వెంట రథంలో వెళ్ళాడు.

సుదర్భ దేశంలో సారంగుడికి గొప్ప స్వాగతం లభించింది. సారంగుడు పర్యటన చేసేటప్పుడు చరితార్థుడు ఆయన వెంట ఉన్నాడు. సారంగుడు కారాగారానికి వెళ్ళి అక్కడ ఉన్న ఖైదీలను చూసి, వివరాలు అడిగాడు. వారిలో కట్నాలు తీసుకున్నవారూ, తాగినవాళ్ళూ, లంచం తీసుకున్న ఉద్యోగులూ, ఇతర నేరాలు చేసినవాళ్ళూ ఉన్నారు.

"రాజభటులు వెయ్యికళ్ళతో నేరస్థులను పట్టుకుంటున్నారు. అందుచేత నేరాలు చేసి, శిక్షపడకుండా తప్పించుకోవటం కష్టమై పోతున్నది" అన్నాడు చరితార్థుడు.

"వీళ్ళు ఎంతకాలంగా కారాగృహంలో ఉన్నారు?" అని సారంగుడు అడిగాడు. "మీ ఆశయాలను దృష్టిలో పెట్టుకుని శిక్షలు మరీ కఠినంగా ఉండకుండా చూస్తున్నాం. ఇలాంటి నేరాలకు ఆరుమాసాలు మించి శిక్ష ఉండదు. వీళ్ళు ఇక్కడికి వచ్చి వారంరోజులు అవుతుందనుకుంటాను" అన్నాడు చరితార్థుడు. సారంగుడు ఉలిక్కిపడి, "ఇంక ఇక్కడినుంచి వెళ్ళిపోదాం" అన్నాడు. ఆ తర్వాత ఇద్దరూ ఒక కళ్యాణభవనంలోకి వెళ్ళారు.

"కులాంతర వివాహాలు చేసుకునేవారికే ఈ భవనంలో సదుపాయాలుంటాయి. వర్ణాంతర వివాహాలను ప్రోత్సహించటానికి ఈ భవనం నిర్మించాం. ఇప్పటికి ఇందులో వందకుపైగా పెళ్ళిళ్ళు జరిగాయి. ప్రతి వివాహానికి వెయ్యివరహాలు బహుమతి ఇస్తుంటాను. పదిరోజుల క్రితమే ఇందులో ఆఖరి పెళ్ళి జరిగింది..."

ఇలా చరితార్థుడు ఉత్సాహంగా ఒకటొకటే చెప్పుకుపోతుంటే, సారంగుడు కళ్ళు తుడుచుకున్నాడు. అవి ఆనంద బాష్పాలు కాబోలుననుకున్నాడు చరితార్థుడు. అక్కడినుంచి ఇద్దరూ క్రీడాస్థలాలకు వెళ్ళారు. అక్కడ ఎందరో ఆడుతున్నారు.

"మహాత్మా! చూశారా, మీరు కోరిన మార్పు ఈ దేశంలో ఎంత త్వరగా వచ్చిందో!" అన్నాడు చరితార్థుడు.

"ఏమిటా మార్పు?" అని సారంగుడు అడిగాడు.

"ఇక్కడ ఆడుకునే వారిలో అగ్రవర్ణులతోబాటు పంచములు కూడా ఉన్నారు" అన్నాడు చరితార్థుడు.

"వీరిలో పంచములున్నారని నీకు ఎలా తెలుసు?" అని సారంగుడు అడిగాడు ఆశ్చర్యపోయి.

"ఇక్కడ అగ్రవర్ణులూ, పంచములూ ఆడుకోవాలి. అందుకే ఈ స్థలం ఏర్పాటు చేసి, అంటరానితనాన్ని నిర్మూలిస్తున్నాం. తేడా తెలియటం కోసం అగ్రవర్ణులు నీలం రంగు దుస్తులు, పంచములు పచ్చ దుస్తులూ ధరించి కలిసి ఆడుకుంటారు" అన్నాడు చరితార్థుడు.

ఆ మాటలు వింటూనే సారంగుడి కళ్ళు నీళ్ళు కమ్మి, ఎటు చూసినా ఆయనకు ఏమీ కనబడలేదు.

"రేపు మనం దేశపర్యటన ఆరంభిద్దాం" అన్నాడు చరితార్థుడు.

"చూసినది చాలు. నాలో పర్యటన చేయాలన్న కోరిక నశించింది. నా తిరుగు ప్రయాణానికి ఏర్పాటు చెయ్యి" అన్నాడు సారంగుడు.

"అదేమిటి, స్వామీ?" అన్నాడు చరితార్థుడు ఆశ్చర్యంగా.

"దేశంలో పంచములనే మాట వినబడరాదనుకున్నాను. అంటరానితనం ప్రజలకు ఇంకా తెలియటమూ, వారితో కలిసి తిరగటం ఇంకా గొప్పగా భావించబడటమూ జరుగుతున్నది. వర్ణాంతర వివాహాలకు ప్రభుత్వం బహుమతులిస్తున్నదంటే, ప్రజలు అలాంటి వివాహాలను ఇంకా ప్రారంభించలేదన్నమాట! కట్నాలూ, తాగుడు, లంచగొండితనము ప్రజలలో ఇంకా పోలేదు. అందుచేత వారికి శిక్షలు పడుతున్నాయి. రాజువైన నువ్వు ఈమాత్రం గ్రహించక ఏదో సాధించాననుకుని గర్వపడుతున్నావు. దురాచారాలు చట్టాలతో పోవు. ప్రజల మనస్సుల్లో పరివర్తన తీసుకురావాలి. నా శిక్షణలో ప్రజానాయకుడివైన నీ పరిపాలనలో పరిస్థితి ఇలాగుంటే, ఇంకొకరు రాజై ఇంతకన్న హెచ్చు సాధిస్తారన్న ఆశ నాకు లేదు.

నిన్ను సరి అయిన ప్రజానాయకుడుగా భావించిన నా నిర్ణయం తప్పు! ఒకసారి తప్పు చేశాక మళ్ళీ తప్పు చేయవని నమ్మకమేమిటి. అందుకే నాకు విరక్తి కలిగింది.

నీకు తోచినవిధంగా నువ్వు రాజ్యం ఏలు. నేను నా ఆశ్రమానికి పోతాను. మళ్ళీ సుదర్భ దేశంలో అడుగుపెట్టను" అన్నాడు సారంగుడు.

25. స్థల ప్రభావం

చిన్నతనం నుంచీ చంద్రహాసుడు అనే వాడికి రాజు కావాలని ఉండేది. అలాంటి కోరికతో అతను కష్టపడి చదువుకుని రాచవిద్యలన్నీ అభ్యసించాడు. కొందరు యువకులకు తనలో విశ్వాసం కలిగించి, వారిని తన అనుచరులుగా చేసుకున్నాడు. నిర్జన ప్రాంతంలో నగరం నిర్మించి, దానికి రాజు కావాలని చంద్రహాసుడి కోరిక.

"రాజధానిని నిర్మించేటప్పుడు స్థలప్రభావం చూడడం అవసరం" అన్నాడు చంద్రహాసుడితో అతని పురోహితుడు.

చంద్రహాసుడు అలాంటి స్థలం కోసం వెతకగా, వెతకగా చిట్టచివరకు ఒకచోటు కనబడింది. అతను చూస్తుండగా ఆ ప్రదేశానికి వేటకుక్కలు కుందేళ్ళను తరుముకుంటూ వచ్చాయి. ఆ ప్రదేశానికి చేరుతూనే కుందేళ్ళు పారిపోవడం మాని వేటకుక్కల మీద తిరగబడి వాటిని తరిమేశాయి.

చంద్రహాసుడు ఆ స్థలంలో తన రాజధాని కట్టించి దానికి కుందేలు నగరం అని పేరు పెట్టాడు. దానికి రాజు చంద్రహాసుడు.

ఆ నగరం లవంగదేశపు సరిహద్దున ఉండడం వల్ల ఆ దేశపు రాజు చంద్రహాసుడి పైకి యుద్ధానికి వచ్చాడు. కుందేలు నగరం దుర్భేధ్యంగా నిర్మించబడింది.

నగరంలో ఉన్న సైనికులు కొద్దిమందే అయినా, తమకు అపజయం లేదన్న నమ్మకం గలవాళ్ళు. యుద్ధంలో చివరకు లవంగదేశపు రాజు ఓడిపోయాడు.

కాలక్రమాన చంద్రహాసుడి రాజ్యపు పొలిమేరల మీద ఉన్న రాజులందరూ అతనిముందు ఓడిపోయారు. అతని రాజ్యం విస్తరించింది. అతను చక్రవర్తి అయ్యాడు.

చంద్రహాసుడి కొడుకు పద్మసేనుడు సరిగా విద్యాభ్యాసం చెయ్యక, యుక్తవయస్కుడయ్యే సమయానికి అవలక్షణాలన్నీ అలవరచుకున్నాడు.

ఈ స్థితిలో చంద్రహాసుడు హఠాత్తుగా గుండె ఆగి మరణించాడు. పద్మసేనుడు రాజు అయ్యాడు. కాని అతనికి రాచరికపు బాధ్యతలు నిర్వహించే సామర్థ్యం లేదు. అందు గురించి అతను భయపడుతూంటే, "కుందేలు నగరం స్థల ప్రభావం వల్ల మనకేమీ భయం లేదు" అని మంత్రి కుమారుడు ధైర్యం చెప్పాడు.

తమ చక్రవర్తి అసమర్థుడని సామంతులకు త్వరలోనే తెలిసివచ్చింది. లవంగదేశపు సామంతుడు పెద్దసేనతో కుందేలు నగరం మీదకి దండెత్తివచ్చాడు. అప్పుడు జరిగిన యుద్ధంలో పద్మసేనుడు చిత్తుగా ఓడిపోయి మంత్రి కుమారుడితో కలిసి రహస్యంగా అడవుల్లోకి పారిపోయాడు.

"స్థలప్రభావం వల్ల రాజ్యం సంపాదించి నా తండ్రి చక్రవర్తి కాగలిగాడు. కుందేళ్ళ చేత వేటకుక్కలను తరిమి కొట్టించిన స్థలప్రభావం నన్ను ఏమాత్రం కాపాడలేకపోయింది. నేను కుందేళ్ళకన్నా అసమర్థుణ్ణి!" అని అతను విచారించాడు.

అతనికి ఉపశమనం కలిగించే ఉద్దేశ్యంతో మంత్రి కొడుకు, "విచారించకండి, ప్రభూ! మీరు ఓడిపోవటానికి కారణం స్థలప్రభావమే కానీ మీ అసమర్థత కాదు.

అక్కడిదాకా కుందేళ్ళను తరుముకుంటూ వచ్చిన వేటకుక్కలు, అక్కడికి రాగానే తిరుగుముఖం పట్టినవంటే, కుందేళ్ళకు ధైర్యాన్ని ప్రసాదించిన స్థలమే వేటకుక్కలకు అధైర్యం కలిగించిందన్నమాట!

మీరు మహా పరాక్రమశాలి కనుకనే స్థలప్రభావం మీ ప్రతాపాన్ని నశింపజేసింది. కుందేలు లాంటి లవంగదేశపు రాజు గెలిచాడు!" అన్నాడు.

స్థలప్రభావం రెండువైపులా పదును గల కత్తి అయినప్పుడు దాన్ని నమ్ముకోవటం కన్నా, మనుష్యుల శక్తిసామర్థ్యాలనే నమ్ముకోవటం మంచిదని పద్మసేనుడు గ్రహించాడు.

26. పండితుడి శిష్యుడు

గోవిందుడు ఒక పండితుడి ఇంట పనిచేసేవాడు. తాను కూడా చదువుకోవాలనే కోరిక వాడిలో చాలా తీవ్రంగా ఉండేది. అందుచేత వాడు తరచుగా తన పని మరిచిపోయి పండితుడు శిష్యులకు చెప్పే పాఠాలు ఆలకించేవాడు.

ఒకసారి వాడు ఇలాగే పండితుడు శిష్యులకు చెప్పే పాఠం వింటూ చెయ్యవలసిన పనులు మరిచిపోయేసరికి అది గమనించి పండితుడి భార్య వాణ్ణి నానా మాటలూ అన్నది.

"పని మాని ఏమి వింటున్నావురా?" అని పండితుడు వాణ్ణి అడిగాడు.

"నాక్కూడా చదువుకోవాలని కోరిక" అన్నాడు గోవిందుడు.

"నీ కోరిక మంచిదే. కాని నీకు అందుకు తగిన అర్హత ఉన్నదా? ఇప్పుడు నేను ఏం పాఠం చెబుతున్నానో చెప్పు. అలా చెప్పగలిగితే నిన్ను నా శిష్యులలో చేర్చుకుంటాను" అన్నాడు పండితుడు వాడితో.

ఆయన అలా అనడానికి కారణం ఉన్నది. ఆ రోజు ఆయన బోధిస్తున్న విషయం చాలా కష్టమైనది. వింటున్న శిష్యులలో ఒక్కడికీ అది ఇంకా పూర్తిగా అర్థం కాలేదు. గోవిందుడికి అది కొంచెమైనా అర్థం అవుతుందని ఆయన ఊహించలేదు. కాని గోవిందుడు దాన్ని అర్థం చేసుకుని, తాను విన్నది ఒక్క ముక్క పొల్లుపోకుండా చెప్పాడు.

పండితుడు వాడి గ్రహణశక్తిని మెచ్చుకుని, ఆరోజు నుంచీ వాణ్ణి తన శిష్యులలో చేర్చుకున్నాడు. త్వరలోనే గోవిందుడు పండితుడి శిష్యులందరినీ మించిపోయాడు.

శిష్యులు వాడి మీద తమకు గల అసూయను గురువు గారి దగ్గర వెళ్ళబోసుకున్నారు.

"నేనేం చేసేది? వాడు సరస్వతీదేవి అవతారంలా ఉన్నాడు. వాడు నన్నే మించిపోయేటట్టుగ ఉన్నాడు!" అన్నాడు పండితుడు. విద్యాభ్యాసం చేస్తూండగానే గోవిందుడికి కవిత్వం అబ్బింది. వాడి కవిత్వానికి ఎంతో ఖ్యాతి వచ్చింది. గొప్పగొప్ప

వాళ్ళు వాణ్ణి తమ ఇళ్ళకు ఆహ్వానించి కవితాగోష్ఠి జరిపించి గొప్పగా సత్కరించసాగారు.

ఇదంతా చూసి పండితుడి శిష్యులకు కన్నెర్రగా ఉండేది.

ఇది చాలనట్టు గోవిందుడు ఒక నాట్యశాల వారికి నాటకం ఒకటి రాసిపెట్టాడు. దాన్ని ప్రదర్శించగా చూసిన వారందరూ అద్భుతం అన్నారు.

అప్పటినుంచీ గోవిందుడు సంస్కృత నాటకాలు అనేకం రాశాడు. వాటికి పుష్కలంగా డబ్బు వచ్చింది.

చివరకు పండితుడి పేరు నిలబెట్టిన శిష్యుడు గోవిందుడు ఒక్కడే అయినాడు. మిగిలిన శిష్యులలో ఒక్కడూ ప్రయోజకుడు అనిపించుకోలేదు.

వారందరూ ఏకమై, "పనిచేసుకుని రెక్కల కష్టం మీద బ్రతకవలసినవాడు మన గురువుగారి చలువ వల్ల మహాకవి అయి కూర్చున్నాడు. మనకేమో కవిత్వం అబ్బలేదు. అది చూసి గోవిందుడు మరీ మిడిసిపడుతూ ఉండాలి. వాడి గర్వాన్ని అణచాలంటే మనం ఇతర ప్రాంతాల నుంచి గొప్ప కవులను ఇక్కడికి ఆహ్వానించి ఘనంగా సత్కరించాలి" అనుకున్నారు.

ఈ పథకం కింద కొందరు శిష్యులు ఆంధ్రదేశానికి వెళ్ళారు. ఆ రోజులలో ఆంధ్రదేశంలో నాటకాలకు బహుళ ప్రచారం ఉండేది. అక్కడి ప్రజలు ఆదరించిన నాటకాలలో కొన్ని చాలా కీర్తి తెచ్చుకున్నాయి. అలా నాటక రచనలో కీర్తి గడించుకున్న ఆంధ్రనాటక కర్తలలో శ్రేష్ఠుడు భద్రకవి.

పండితుడి శిష్యులు భద్రకవిని కలుసుకుని, "మీ దేశంలో మీ నాటకాలంటే అందరూ ఎంతగానో అభిమానిస్తారని విన్నాం. కొన్నిటిని ప్రదర్శించగా మేం చూశాం.

తమరు వాటిని సంస్కృతంలో అనువదించి ఇచ్చి నట్టయితే మేం మా దేశంలో ప్రదర్శింపజేస్తాం. మీకు అక్కడ కూడా అఖండ ఖ్యాతి లభిస్తుంది" అన్నారు.

భద్రకవి వారికి ధన్యవాదాలు చెప్పుకుని, "నా నాటకాలన్నిటికీ సంస్కృత మాతృకలున్నవి. నేను వాటిని ఆంధ్రీకరించాను. అంతే!" అన్నాడు.

"సంస్కృతంలో వాటిని రచించిన మహాకవి ఎవరు?" అని పండితుడి శిష్యులు అడిగారు.

"ఆ మహాకవి ఉండే నగరం ఉజ్జయిని. అతని పేరు గోవిందుడు" అన్నాడు భద్రకవి.

శిష్యులకు చచ్చేటంత అవమానమయింది.

దేశదేశాల వాళ్ళు గోవిందుడి నాటకాలను తమ భాషలోకి తర్జుమా చేసుకుని ఆనందిస్తూంటే, తాము ఆ నాటకాలను వదిలిపెట్టి ఇతర ప్రాంతాలు తిరుగుతున్నారు.

అసూయ ఎంతపనైనా చేయిస్తుంది అనుకుని వాళ్ళు బుద్ధి తెచ్చుకుని వెంటనే తమ నగరానికి తిరిగివెళ్ళిపోయారు.

27. పిశాచాల అనుమానం

రెండు పిల్ల పిశాచాలకు కొన్నాళ్ళపాటు మనుష్యుల మధ్య పోయి మసలాలని కోరిక కలిగింది. అవి మనుష్య రూపాలు ధరించి ఒక ఊరు చేరుకున్నాయి. ఊరి పొలిమేరలో వాటికి ఒక రైతు కనిపించాడు. "మీ ఇంట్లో మాకు ఏదైనా పని ఇప్పించండి. నమ్మకంగా చేస్తాం" అన్నాయి పిశాచాలు రైతుతో వినయంగా. పనిచేసే వంకతో రైతు ఇంట చేరి అతన్ని ఏడిపించాలని వాటి ఎత్తు.

"ఎడ్ల ధర పెరిగిపోయింది. నా ఎడ్లను దొంగలు ఎత్తుకుపోయారు. మిమ్మల్ని నాగలికి కట్టితే పొలం దున్నగలరా?" అని రైతు అడిగాడు.

"మనుష్యులు పొలం దున్నడమా?" అని పిశాచాలు ఆశ్చర్యంగా అడిగాయి.

"అందులో వింత ఏమిటి? ఎడ్లకన్న మనుషులే చౌక. నా పొలంలో ఇప్పటికి రెండు నాగళ్ళు కట్టాను. మీరు సరేనంటే మూడో నాగలి కట్టుతాను" అన్నాడు రైతు.

పిశాచాలు రైతు వెంట అతని పొలానికి వెళ్ళి చూస్తే నలుగురు మనుషులు రెండు నాగళ్ళకు కట్టి ఉన్నారు. మరి ఇద్దరు మనుషులు నాగళ్ళను పట్టుకుని అజమాయిషీ చేస్తూ పొలం దున్నిస్తున్నారు. నాగలికి కట్టి వున్న మనుషుల అవస్థ చూస్తే పిశాచాలకు జాలివేసింది. ఆ అవస్థ ఎలా ఉంటుందో తెలుసుకోవటం కోసం అవి మూడో నాగలికి కట్టించుకుని, కొంతసేపు పొలం దున్నాయి.

రైతు ఎంత కర్కోటకుడో వాటికి తెలిసిపోయింది. అవి ధరించి ఉండిన మనుష్య శరీరాలు ఆ శ్రమకు పూర్తిగా అలసిపోయాయి. రైతు వాటికి ఇచ్చిన ప్రతిఫలం కూడా చాలా స్వల్పం. రైతు దగ్గర పనిచెయ్యటం తమకు ఇష్టం లేదని చెప్పి పిశాచాలు అక్కడినుంచి బయలుదేరాయి. అవి ఒక నూనె వ్యాపారి ఇల్లు చేరి పని కావాలని అడిగాయి. నూనె వ్యాపారి పని ఇస్తానని చెప్పి పిశాచాలను తన వెంట లోపలికి రమ్మన్నాడు.

అతను వాటిని ఒక రహస్యపు గదిలోకి తీసుకుపోయి, "మీరు ఈ గదిలోనే ఉంటూ రోజూ ఈ ఫలాల నుంచి నూనె తీస్తుండాలి" అన్నాడు.

"ఆ నూనె ఎందుకు? అది విషంతో సమానం కదా?" అన్నాయి పిశాచాలు.

"ఎందుకేమిటి? మంచినూనెలో కలపడానికి!" అన్నాడు వ్యాపారి.

"అందువల్ల ప్రజలకు ప్రమాదం కాదా!" అన్నాయి పిశాచాలు.

"కల్తీలేని నూనె ఎక్కువ ధరకూ, కల్తీ నూనె తక్కువ ధరకూ అమ్ముతాను. ఎవరేమైపోతే నాకేం? నాకు కావలసినది డబ్బు" అన్నాడు వ్యాపారి.

పేదవాళ్ళందరూ చవకగా కల్తీనూనె కొనుక్కుని రోగాలు తెచ్చుకుంటారని పిశాచాలకు అర్థమయింది.

"ఈ పని మాకు నచ్చలేదు" అని నూనె వ్యాపారికి చెప్పాయి.

"నచ్చలేదంటే కుదరదు. నా రహస్యంతో మిమ్మల్ని బయటికి పోనిస్తానా? ప్రాణాలతో మీరు బయటికి పోలేరు" అన్నాడు వ్యాపారి.

"అలాగా!" అంటూ పిశాచాలు మాయమయ్యాయి. అక్కడినుంచి అవి ఆ దేశపు రాజు వద్దకు వెళ్ళాయి. ఆ సమయంలో రాజు సేనాధిపతిని మందలిస్తున్నాడు.

"ప్రజలు పన్నులియ్యమంటే కారాగృహంలో తోసి కొరడాలతో కొట్టండి. బలవంతంగా ఇళ్ళలో జొరబడి పన్నులు వసూలు చెయ్యండి".

పిశాచాలు రెండూ భటుల వేషంలో అక్కడ ప్రత్యక్ష మయ్యాయి. వాటిని చూస్తూనే సేనాధిపతి, "రాజాజ్ఞ విన్నారు గదా? ఇక వెళ్ళండి" అన్నాడు.

పిశాచాలు అక్కడినుంచి పోబోతూండగా, రాజు తన రాజనర్తకి నృత్యం చూసే వేళ అయిందని వెళ్ళిపోయాడు.

పిశాచాలు అనేక చోట్లకు వెళ్ళి ప్రతిచోటా ఎంతోసేపు ఉండలేకపోయాయి.

చివరకు అవి ఎంతో నిరుత్సాహపడి తమ పిశాచాలు ఉండే చోటికే వెళ్ళిపోయాయి.

ఒక పెద్ద పిశాచం వాటిని పలకరించి "అప్పుడే వచ్చేశారా? చాలా కాలానికి గాని రారనుకున్నాను. ఏం జరిగిందేమిటి?" అని అడిగింది.

"జరగడానికేమీ లేదు. మనుష్యులంతా చాలా చాలా పేదవాళ్ళు, అమాయకులు. ఇదివరకే కొన్ని పిశాచాలు వాళ్ళ మధ్యకు చేరుకుని, మనుష్యుల రూపాలు ధరించి, మనుష్యులను నానా యాతనలూ పెట్టుతున్నాయి.

మాబోటి పిల్ల పిశాచాలకు అల్లరి చేసే అవకాశం లేదు. పిశాచాల మధ్యకే వెళ్ళేదేమిటని తిరిగివచ్చేశాం" అన్నాయి పిల్లపిశాచాలు.

పెద్ద పిశాచం నవ్వి, "మనుష్యులను యాతనలు పెట్టుతున్నది మనుష్యులే. పిశాచాలు కావు. మనుష్యులను గురించిన అనుభవం లేక మీరు అలా అనుకున్నారు!" అన్నది.

మనుష్యుల్లో పిశాచాలను మించిన వాళ్ళుంటారని తెలిసి పిల్ల పిశాచాలు ఆశ్చర్యపడ్డాయి.

చందమామ 84 కథలు-1

28. ఉగ్రసేనుడి కోపం

ఉగ్రసేన మహారాజుకు కోపం చాలా ఎక్కువ. అతను యువరాజుగా ఉన్నంతకాలమూ ఇబ్బంది లేకపోయింది. కానీ రాజయిన క్షణం నుంచీ అది చాలా అనర్థాలకు దారితీయ సాగింది. తన కోపాన్ని అదుపులో ఉంచుకోవటానికి ఉగ్రసేనుడు శతవిధాల ప్రయత్నించాడు. అయినా కోపం వచ్చేసరికి అతనికి ఒళ్ళు తెలియక చాలా క్రూరంగా ప్రవర్తించేవాడు. అయితే కోపం తగ్గాక అతనంత మంచివాడు లేడు!

ఒక పర్యాయం అతను ఒక భటుడి మీద కోపం వచ్చి అప్పటికప్పుడు పాతిక కొరడా దెబ్బలు శిక్ష విధించి అమలు జరిపించాడు. వాడు దెబ్బలు తిని సొమ్మసిల్లి పడిపోయాక రాజుకు కోపం తగ్గి భటుడికి వైద్యం చేయించి రాణి వద్దకు పోయి పశ్చాత్తాపం ప్రకటించాడు.

"మీకు ఇంత కోపం ఉండడం దేశానికి ప్రమాదం" అన్నది రాణి.

"నేనేం చెయ్యను? కోపాన్ని అణచుకోవాలనే ప్రయత్నిస్తు న్నాను" అన్నాడు ఉగ్రసేనుడు.

"నేనొక ఉపాయం చెబుతాను. ఈసారి నుంచీ కోపం వచ్చినప్పుడు మరొకరికి మీరు ఏ శిక్ష విధిస్తారో అదే శిక్ష మీరూ అనుభవించండి" అన్నది రాణి.

వారం రోజులైనా తిరగకముందే ఉగ్రసేనుడు కోపా వేశంలో మరొక భటుడికి పాతిక కొరడా దెబ్బల శిక్ష విధించాడు. శిక్ష అమలు జరిగాక అతని కోపం తగ్గిపోయింది. అప్పుడు రాణి మాటలు గుర్తు రాగా, "చిన్న తప్పుకు పాతిక కొరడాదెబ్బల శిక్ష విధించడం నేరం! ఈ తప్పు చేసినందుకు నేనూ ఇదే శిక్ష అనుభవిస్తాను" అన్నాడు.

అయితే అక్కడ ఉన్న భటులలో ఎవడూ రాజును కొరడాతో కొట్టడానికి ముందుకు రాలేదు. రాజు శాసించి కూడా లాభం లేకపోయింది.

ఉగ్రసేనుడు రాణి వద్దకు వెళ్ళి జరిగినది చెప్పాడు.

రాణి నవ్వి "భటుడు చిన్న తప్పు చేసినందుకే పాతిక కొరడా దెబ్బలు కొట్టించారు. రాజుగారి శాసనాన్ని పాలించక పోవడం పెద్ద నేరం గదా!

అయినా అంత నేరం చేసినా భటుల మీద మీకు కోపం లేదు. అంటే శిక్ష అనుభవించాలన్న కోరిక మీకు లేదన్నమాట!" అన్నది. ఈ మాటకు ఉగ్రసేనుడి అహంకారం దెబ్బతిన్నది.

"నన్ను కొట్టలేదన్న నేరానికి నా భటులను నేను ఎలా శిక్షించగలను? చేతనైతే ఈ శిక్షను నువ్వే అమలు జరుపు" అన్నాడు అతను.

రాణి వెంటనే ఒక భటుణ్ణి పిలిపించి "నేను చెప్పినది చేస్తావా లేక తక్షణం చస్తావా?" అని అడిగింది.

భటుడు వణికిపోతూ రాణి చెప్పిన పని చేస్తానన్నాడు. రాణి వాడి చేతికి కొరడా ఇచ్చి రాజును కొట్టమన్నది. వాడు అందుకు సిద్ధపడ్డాడు.

మొదటి కొరడా దెబ్బ తినగానే రాజుకు చుర్రుమన్నది. రెండో దెబ్బ పడేలోగా అతను తిరగబడి భటుడి చేతి నుంచి కొరడా లాగేసుకుని వాణ్ణి పది దెబ్బలు కొట్టాడు.

రాణి ఏదో అనబోతే అతను వినిపించుకోకుండా అక్కడి నుంచి చరచరా మంత్రి వద్దకు వెళ్ళి "మంత్రీ! రాణి రాజద్రోహం తలపెట్టింది. ఆమెకు దేశబహిష్కరణ శిక్ష విధించాను. దాన్ని వెంటనే అమలు జరపకపోతే మీరు కూడా రాజద్రోహిగా పరిగణించబడతారు!" అన్నాడు.

గత్యంతరం లేక మంత్రి రాణిని సమీపారణ్యంలో దిగవిడిచాడు. తరువాత రాజు కోపం తగ్గి పశ్చాత్తాపం కలిగి రాణిని తిరిగి అంతఃపురానికి తెప్పించుకున్నాడు. దానితోబాటు రాణికి ఎంతగానో క్షమాపణలు చెప్పుకున్నాడు.

"ప్రభువులు మన్నిస్తే ఇంకో ఉపాయం చెబుతాను. మీరు కోపోద్రేకంలో వేసే శిక్ష వెంటనే అమలు పరచకుండా శాసించండి. ఈ లోపల మీ కోపం తగ్గుతుంది. కోపం తగ్గినాక మీ అంత మంచివారు ఉండరు కదా!" అన్నది రాణి.

రాజు తన కింది ఉద్యోగులకు అలాగే చెప్పాడు.

అయితే ఈ ఉపాయం కూడా ఫలించలేదు. తాను వేసిన శిక్ష వెంటనే అమలు జరపనందుకు రాజుకు ఆ వ్యక్తుల మీద కూడా కోపం వచ్చేది. అంతేకాదు, శిక్ష అమలు జరిపేదాకా అతని కోపం అలా అలా పెరిగిపోయేది!

తన కోపం గురించి ప్రజలేమనుకుంటున్నారో తెలుసుకోవాలనిపించి ఉగ్రసేనుడు మారువేషంలో దేశమంతా తిరిగాడు. ఒకచోట అతనికి తనకన్న కూడా కోపిష్ఠివాడు తగిలాడు. వాడు పని పెట్టుకుని ఉగ్రసేనుడితో గిల్లికజ్జా పెట్టుకుని పెద్ద గొడవ చేశాడు. చుట్టుప్రక్కల వాళ్ళు ఉగ్రసేనుడిని శాంతపరచడానికి ప్రయత్నిస్తూ, "ఊరుకోండి బాబూ! వాడు అసలే కోపిష్ఠి వెధవ! కోపం వస్తే మహారాజును కూడా లెక్క చెయ్యడు" అన్నాడు.

"ఎందుకు లెక్కచెయ్యడూ? నేనే మహారాజును! వీడు ఇప్పుడు నా కాళ్ళు పట్టుకోకపోతే యాభై కొరడా దెబ్బలు కొట్టిస్తాను!" అన్నాడు ఉగ్రసేనుడు తన మారువేషం తొలగిస్తూ.

అతను మహారాజు అని తెలిసికూడా ఆ ముక్కోపి తన ధోరణి మానక, "రాజైతే నాకు లెక్కేమిటి? తప్పంతా ఆయనదే! ఆయనే నా కాళ్ళు పట్టుకోవాలి!" అన్నాడు. ఉగ్రసేనుడికి కోపం పెరిగిపోయింది. అందుచేత త్వరలోనే ముక్కోపి వాడు కొరడా దెబ్బల శిక్ష అనుభవించడం జరిగింది. వాడు దెబ్బలు తింటూ కూడా రాజును తిడుతూనే ఉన్నాడు.

అలాంటి మూర్ఖుడికి అంత కఠినశిక్ష విధించినందుకు రాజును చాలామంది మనసులో తిట్టుకున్నారు. కోపం తగ్గిన తరువాత కూడా రాజు ఈ విషయాన్ని రాణికి చెబుతూ, "నా ప్రజల్లో నన్ను మించిన కోపిష్ఠి వాళ్ళున్నారు. చావుదెబ్బలు తింటూ కూడా కోపాన్ని విడిచిపెట్టలేని వాళ్ళు ఉన్నప్పుడు, నా కోపం గురించి నేను బాధపడనక్కరలేదు" అన్నాడు. రాణి ఒప్పుకోలేదు. "సామాన్యుడి కోపం వాడికే కష్టం కలిగిస్తుంది. రాజు కోపం రాజుకన్నా ప్రజలకే ఎక్కువ నష్టాన్ని కలిగిస్తుంది. ఇంతకోపం ఉన్న మీకు రాజ్యార్హత లేదు. మీరు రాజ్యక్షేమాన్నీ, ప్రజాక్షేమాన్నీ కోరేవారైతే రాజ్యపాలన నాకు అప్పగించి మీరు సామాన్యుడిగా ఉండిపొండి!" అన్నది. ఏ కళన ఉన్నాడో ఏమో రాజు దీనికి ఒప్పుకున్నాడు. అధికారం రాణి చేతికి ఇచ్చిన కొంతకాలానికి రాజు కోపం చాలావరకు తగ్గిపోయింది. అధికారం లేకపోతే తన కోపం అదుపులో ఉంటుందని రాజుకు త్వరలోనే అర్థమయింది. ఎందుకంటే అదివరకు అతని కోపానికి దోహదం చేసినది అతనికి గల దండించే హక్కు.

౨౨. తేడా

ఒక గ్రామంలో సుబ్బారాయుడు అనే ఆస్తిపరుడు ఉండేవాడు. ఎవరి కష్టసుఖాలతోనూ ఆయనకు నిమిత్తం లేదు. తనకేదన్నా కలిసి వచ్చేటట్టుంటేనే ఏ విషయంలోనైనా జోక్యం కలిగించుకునేవాడు.

ఆ ఊళ్ళోనే రాముడనే పేదవాడు ఉండేవాడు. వాడు అందరికీ తల్లో నాలికలా ఉండి, ఎన్నో విధాల సహాయపడుతూ ఉండేవాడు. అందుకు వాడు ప్రతిఫలం కూడా ఆశించేవాడు కాదు. కాని గ్రామస్థులు వాణ్ణి కనిపెట్టుకుని ఉండి అవసరం వచ్చినప్పుడు ఆదుకునేవారు.

ఒకసారి రాముడు ఏదో పనిమీద దూరగ్రామం వెళ్ళి చాలారోజులపాటు తిరిగిరాలేదు.

వాడు లేకపోయేసరికి చాలామందికి చెయ్యి విరిగి నట్టయింది. "రాముడు ఎప్పుడు తిరిగొస్తాడో?... వాడు ఇంకా ఎందుకు తిరిగి రాలేదబ్బా?" ఇలా జనం అనుకోవటం సుబ్బారాయుడు విని ఆశ్చర్యపోయాడు. సుబ్బారాయుడి భార్యే, "రాముడు ఇంకా రాలేదేమిటి?" అని చాలాసార్లు అనుకున్నది.

కాణీ విలువ చెయ్యని రాముణ్ణి గురించే గ్రామస్థులు ఇంతగా అనుకుంటూంటే తనవంటి సంపన్నుణ్ణి గురించి ఎంతగా అనుకుంటారో గదా అని సుబ్బారాయుడు పొరుగూరు వెళ్ళి రెండు వారాలుండి తిరిగివచ్చాడు.

ఊళ్ళోకి ప్రవేశిస్తూండగానే రంగన్న అనే రైతు ఎదురు పడ్డాడు. "ఏం రంగన్నా! ఏమిటి విశేషాలు?" అన్నాడు సుబ్బారాయుడు.

"ఏమున్నయ్యండీ? నిన్ననే రాముడు తిరిగొచ్చాడు. మీకు మాత్రం తెలీదా?" అన్నాడు రంగన్న. "నేను రెండు వారాలుగా ఊళ్ళో లేనులే!" అన్నాడు సుబ్బారాయుడు.

"అలాగా? ఎవరూ మాట మాత్రం చెప్పలేదే!" అన్నాడు రంగన్న.

౩౦. అప్పు తెచ్చే తెలివి

సూర్యాపురం జమీందారు గారు ఒకనాడు గోష్ఠిలో ఉండగా పొరుగూరి మల్లయ్య వచ్చి, తన కుమార్తె వివాహానికి మూడువేల రూపాయలు అప్పు ఇయ్యమని అర్థించాడు.

"ఈమాత్రం అప్పు మీ ఊళ్ళో పుట్టించే శక్తి నీకు లేదన్నమాట!" అన్నాడు జమీందారు.

"పరమలోభి నుంచి కూడా అప్పు పుట్టించే శక్తి నాకున్నది. కాని తమ చేతి చలవ గురించి విని ఇంతదూరం వచ్చాను" అన్నాడు మల్లయ్య.

"మా ఊరి పోలయ్య నుంచి అప్పు తేగలిగితే, అయిదు వేలు చేసే నా కంకణం ఇచ్చేస్తాను" అన్నాడు జమీందారు.

"ఆ కంకణం ఏదో ఇప్పించెయ్యండి. పోలయ్య దగ్గర అప్పు పుట్టించి, అటు నుంచి అటే వెళ్ళిపోతాను.

నన్ను నమ్మకపోతే నా వెంట మీ మనుషులను పంపండి" అన్నాడు మల్లయ్య.

జమీందారు కొంచెం ఆలోచించి మల్లయ్యకు కంకణం ఇచ్చి, అతని వెంట నలుగురు మనుషులను పంపాడు.

మల్లయ్య పోలయ్య వద్ద ఆ కంకణాన్ని తాకట్టు పెట్టి, మూడువేలు అప్పు తీసుకుని ఆ సంగతి జమీందారుకు చెప్పమని, తన వెంటవచ్చిన వారితో చెప్పి తన దారిన తాను వెళ్ళిపోయాడు.

31. మర్యాదయిన పద్ధతి

కువలయ్య భార్య పేరు ఏదైనా అందరూ ఆమెను కువలమ్మ అనే అంటారు. ఎందుకంటే, ఆవిడ కూడా భర్తలాగే మహా పిసినారి. ఈ దంపతులకు పొరుగున రామయ్య, రామమ్మ ఉంటున్నారు. వీళ్ళ పద్ధతి కువలయ్య దంపతుల పద్ధతికి పూర్తిగా భిన్నం. రామయ్య, రామమ్మ కూడా జాలిగుండె కలవాళ్ళు.

కువలయ్యది వడ్డీవ్యాపారం. వచ్చిన డబ్బు వెనక వేయడమే తప్ప ఖర్చు పెట్టడమంటూ ఉండదు. వాళ్ళ దొడ్లో పళ్ళచెట్లున్నవి. ఆ పళ్ళల్లో ఒక్కగానొక్కటైనా ఇరుగు, పొరుగులకు యివ్వకుండా తినేస్తుంటారు కువలయ్య దంపతులు. ఇంట్లో వంట చేయడమంటూ ఎప్పుడోగాని జరగదు. ఎవరు భోజనానికి పిలిచినా ఆత్రంగా పోయి కడుపారా తినివస్తూంటారు.

ఒకరోజు రాత్రి కువలయ్య ఇంటిపెరట్లో తిరుగుతూండగా చెట్టు నుంచి సపోటా పండొకటి రాలి గోడ మీద పడి పొరుగింటి దొడ్లోకి జారిపోవడం అతడి కళ్ళబడింది. అది చూసి కువలయ్య మనసు పాడైపోయింది. భార్యను పిలిచి జరిగింది చెప్పాడు. వెంటనే గోడ దూకి పోయి పండు తెమ్మన్నది భార్య.

కువలయ్య గోడ దూకాడు. అప్పుడే అతడికి సపోటా పండుతో పాటు కొద్దిగా తెరిచివున్న రామయ్య వంటింటి తలుపులు కూడా కనబడ్డాయి. వాళ్ళింకా నిద్రపోలేదేమో పలకరించుదామని గుమ్మందాకా వెళ్ళాడు కువలయ్య. అయితే వంటింట్లో ఎవరూ లేరు కానీ వంటకాల వాసనలు ఘుమఘుమలాడుతున్నాయి. కువలయ్య చప్పున లోపలికి అడుగుపెట్టి అన్నీ చూశాడు. అతడికి నోరూరింది.

వంటకాలన్నీ పంచెలో మూటకట్టి, సపోటాపండుతో సహా గోడ దూకి ఇల్లు చేరాడు. జరిగింది విని భార్య అతడు చేసిన పనిని మెచ్చుకున్నది. ఆ రాత్రి యిద్దరూ కలిసి ఆనందంగా విందుభోజనం చేశారు.

మర్నాడు రామయ్య ఇంట్లో ఏదైనా గొడవ వినిపిస్తుందేమోనని కువలయ్య దంపతులు ఎదురుచూశారు. కానీ అలాంటిదేం జరగలేదు.

"బొత్తిగా లక్ష్యం లేని మనుషులు! అన్ని వంటకాలు పోతే, పట్టనట్టూరుకుంటారా?" అన్నాడు కువలయ్య.

"ఇలాంటివాళ్ళ కొంపలోంచి రోజూ అన్నం ఎత్తుకు వచ్చినా ఫరవాలేదు" అన్నది కువలమ్మ.

అంతే! ఆ రాత్రి కూడా కువలయ్య గోడ దూకాడు. అయితే, ఈరోజు వంటింటి తలుపు వేసివున్నది. కువలయ్య కాస్త తోసి చూస్తే గడి దానంతటదే చప్పుడు కాకుండా విడిపోయింది. కువలయ్య అన్నం ఎత్తుకుని వెళ్ళిపోయాడు.

మూడవరోజున కువలయ్య గోడదూకి వంటింటి తలుపులు తెరవగా అతడికి అక్కడ వంటకాలే కాక, రెండు పీటలు కూడా వేసివుండడం కనబడింది. వాటి ముందు రెండు విస్తళ్ళు పరిచివున్నాయి.

తన సంగతి రామయ్యకు తెలిసిపోయిందా అని కువలయ్య అనుమానించాడు. చూద్దాం! ఏమైతే అదవుతుందని అతడు వంటకాలను విస్తళ్ళలోకి సర్దుకుని తీసుకుపోయాడు.

మర్నాడు రామయ్య ఇంటి ముందు చాలా జనం గుమిగూడారు. విశేషమేమిటో అనుకుంటూ కువలయ్య అక్కడికి వెళ్ళాడు.

రామయ్య అక్కడ చేరినవాళ్ళతో, "మా ఇంటికి రోజూ భగవంతుడు వచ్చి భోంచేసి వెళుతున్నాడు. మొదటిరోజున ఇంట్లో వంటకాలు మిగిలిపోతే వాటిని దేవుడు తినేశాడు. నేను కుక్క తినేసిందనుకున్నాను.

అయినా, విషయం తెలుసుకుందామని రెండో రోజు కూడా వంటకాలెక్కువ వండాం. వంటింటి తలుపులు వేసేశాం. అయినా, వంటకాలు మాయమయ్యాయి. ఇది కుక్క పనో, దేవుడి పనో తెలుసుకుందామనుకుని, మూడవరోజు విస్తళ్ళు కూడా వేశాం. ఈసారి విస్తళ్ళతో సహా వంటకాలు మాయమయ్యాయి. అంటే ఇది తప్పకుండా దేవుడి పనే అయుండాలి కదా?" అన్నాడు. జనం అంతా అవునన్నారు. ఈ వింత చూడ్డానికి రోజూ రాత్రి జనం రామయ్య దొడ్లో పోగవసాగారు. వారంరోజులు గడిచినా దేవుడు ఆ ఛాయల కేసి రాలేదు.

"దేవుడు యింతమంది కళ్ళెదుటికి వస్తాడా? రహస్యంగా చూడాలి గానీ" అన్నాడు రామయ్య. ఆరోజు నుంచీ జనం రహస్యంగా చూడడం మొదలుపెట్టారు.

పాపం, కువలయ్యకి చాలా ఇబ్బంది అనిపించింది. రామయ్య వెర్రిబాగులవాడు కాబట్టి, దేవుడొచ్చి తిని పోతున్నాడనుకున్నాడు. అంతవరకూ బాగానే ఉంది.

కానీ, మధ్య యిదేమిటి? జనమంతా కాపలా కాస్తుంటే తన తిండి సంగతి ఏం కావాలి? దేవుడొస్తాడని, ఏ వెధవ ఎక్కణ్ణుంచి రహస్యంగా వంటగది కేసి చూస్తున్నాడో తనకెలా తెలుస్తుంది?

ఈ ప్రచారాన్ని తిరుగుముఖం పట్టించడం కోసం కువలయ్య తన భార్యను ప్రోత్సహించి రామమ్మ దగ్గరకు పంపాడు.

ఆమె రామమ్మతో, "ఏమమ్మా, వదినా! రోజూ దేవుడొచ్చి మీ ఇంట్లో తినిపోతూంటే ఆ సంగతి ఊరంతా డప్పు కొట్టించాడు అన్నయ్య. ఇప్పుడు చూడు మరి దేవుడు రావడం మానేశాడు. అటు అన్నయ్యకూ వెర్రిబాగులవాడన్న పేరు వచ్చింది" అన్నది.

"ఆయనేమీ అంత వెర్రిబాగులవాడు కాదమ్మా. ఆయనది జాలిగుండె. అంతే!" అన్నది రామమ్మ శాంతంగా.

"అంటే?" అన్నది కువలమ్మ ఆశ్చర్యపోతూ.

"వచ్చి తిండి తినిపోయేది దేవుడు కాదనీ, మనిషేననీ ఆయనకు తెలుసు. కానీ అంత రహస్యంగా వచ్చి తిండి ఒక్కటే

తినిపోతున్నాడంటే వాడు తిండి కోసం ఎంతగా ముఖం వాచిపోయి వున్నాడో అర్థం చేసుకోవచ్చు. అలాంటి వాడు గర్భదరిద్రుడై ఉంటాడు.

అన్నార్తుడికి అన్నం పెడితే అది దేవుడికి పెట్టినట్టే అని ఆయన అంటూంటారు. అందుకే మేం విస్తరి కూడా వేసి వాడు తిండి తినిపోయే ఏర్పాటు చేశాం" అన్నది రామమ్మ.

"మీ ఆయన జాలిగుండె సంగతి బాగానే వున్నది. వంట ఇంటికొచ్చి తినిపోతున్నవాడు గర్భదరిద్రుడు కాక, ఉన్నవాడేమో నన్న ఆలోచన మీక్కలగలేదా?" అని అడిగింది కువలమ్మ.

ఒకవేళ తమ సంగతి రామమ్మకు తెలిసిపోతే, ఈ ప్రశ్నతో ఆ విషయం బయటపడుతుందని కువలమ్మ ఆశ.

"ఉన్నవాడైతే అలా దొంగచాటుగా వచ్చి తినిపోవడం ఎంత సిగ్గుమాలినపని! తను చేస్తున్న ఈ సిగ్గుమాలినపని బయటపడితే వాడెంత అవమానం పాలయిపోతాడు.

వాడిని అలా నలుగురిలో అవమానించడం ఆయనకు ఇష్టం లేదు. ఆయనది జాలిగుండె అని చెప్పాగదా? అందుకే దేవుడి పేరు చెబుతున్నాడు" అన్నది రామమ్మ.

"అలాంటప్పుడు, ఈ ప్రచారమంతా ఎందుకు? చాటుగా తినిపోయేవాడు, ఈ ప్రచారం వల్లనే గదా రావడం మానేశాడు. మీ ఇంటిదొడ్డిని దేవుణ్ణి చూడవచ్చన్న కోరికతో ఎప్పుడూ ఎవరో ఒకరు రహస్యంగా చూస్తూండవచ్చునన్న భయంతో వాడు మీ ఇంటికి రావడం మానేసి వుంటాడు మరి!" అన్నది కువలమ్మ.

"అదే కువలమ్మా! మాక్కావలసింది కూడా. మేమే వంటింట్లో పొంచివుండి వాడెవడో తెలుసుకోవచ్చు. కానీ, వాడు మాకు స్నేహితుడో, ఏ పొరుగింటివాడో అయుంటే ఎదుటపడి మందలించి వాణ్ణి అవమానపర్చలేం కదా? రహస్యంగా వచ్చి తిండి తినిపోయే సిగ్గుమాలిన పనిని మాన్పించడానికి మర్యాద అయిన పద్ధతిని ఎన్నుకున్నాం. ఏమంటావు?" అన్నది రామమ్మ.

రామయ్య దంపతులకు తమను గురించి తెలిసిపోయిందనీ, తమ దురలవాటు మాన్పించడానికి చాలా మర్యాద అయిన పద్ధతి అనుసరించారనీ కువలమ్మకు అర్థమైపోయింది. ఆమె ఇంటికి వెళ్ళి జరిగింది భర్తకు చెప్పింది. ఆ రోజు నుంచీ కువలయ్య దంపతుల పిసినిగొట్టుతనం క్రమంగా తగ్గసాగింది.

32. చెట్టు మీద బ్రహ్మరాక్షసుడు

నాగభూషణానికి అనుకోని విధంగా కష్టాలు ముంచుకువచ్చాయి. అతడు ఆ ఏడాదే అప్పు చేసి కూతురి పెళ్ళి చేశాడు.

భార్య జబ్బుపడితే బోలెడు డబ్బు ఖర్చు పెట్టి వైద్యం చేయించాడు. పొలం మీద ఎన్నో ఆశలు పెట్టుకుంటే, ఆ ఏడాది వానలు సరిగ్గా లేక పంటలు పండలేదు. అప్పు యిచ్చిన వడ్డీ వ్యాపారి ఉన్న యిల్లూ, పొలం అమ్మేసి తన బాకీ తీర్చమని వత్తిడి చేస్తున్నాడు.

ఇక తన కష్టాలు తీరే మార్గం లేదనిపించి, నాగభూషణం ఆత్మహత్య చేసుకుందామనుకుని ఒక అర్ధరాత్రి సమయాన దొడ్లో వున్న కుంకుడుచెట్టు దగ్గరకు వెళ్ళాడు. ఆ సమయంలో అతడికి దేవుణ్ణొకసారి ప్రార్థించాలనిపించింది.

"భగవంతుడా, వచ్చే జన్మలోనైనా నన్ను భాగ్యవంతుడిగా పుట్టించు" అంటూ నాగభూషణం రెండు చేతులూ జోడించాడు. ఆ మరుక్షణం అతడి కాళ్ళ దగ్గర ఒక మూట పడింది. నాగభూషణం ఉలిక్కిపడి దాన్ని తీసుకుని లోపల ఏమున్నదో చూశాడు. అతడి కళ్ళు చెదిరిపోయాయి. మూటనిండా బంగారు కాసులు!

"ఆఖరుకు భగవంతుడు నా మొరాలకించాడు" అనుకుంటూ నాగభూషణం మూట తీసుకుని ఇంట్లోకి వెళ్ళి భార్యను నిద్రలేపి జరిగింది చెప్పాడు.

"మంచివాళ్ళకు భగవంతుడు ఎప్పుడూ మేలు చేస్తాడు" అనుకుంటూ అతడి భార్య కాసుల్ని కళ్ళకద్దుకుని పెట్టెలో దాచింది.

ఆనాటితో నాగభూషణం దరిద్రం తీరిపోయింది. అప్పులన్నీ తీర్చేసి మరికాస్త పొలం కూడా కొనుక్కుని సుఖంగా బ్రతకసాగాడు.

అయితే, ఇప్పుడు నాగభూషణానికి మరొక యిబ్బంది ఎదురైంది. తండ్రి దగ్గర బాగా డబ్బు చేరడంతో అతడి పెద్ద కొడుకు అల్లరిచిల్లరగా తయారై జూదగృహాల వెంట తిరగ సాగాడు.

ఒకరోజున జూదగృహంలో పెద్ద గొడవ జరిగింది. ఆ గొడవలో నాగభూషణం కొడుకు కొట్టిన దెబ్బలకు ఆ ఊళ్ళోని ఒక రత్నాల వ్యాపారి కొడుకు స్పృహతప్పి పడిపోయాడు. అతడు బతకడని అంతా అనుకున్నారు.

నాగభూషణానికి ఏం చేసేందుకూ పాలుపోలేదు. కొడుక్కు మరణశిక్ష పడితే వాడు దక్కకుండా పోవడం అట్లా వుంచి తనను అందరూ హంతకుడి తండ్రి అంటూ అవమానిస్తారు.

ఇంతకన్నా చావు మేలనుకుంటూ నాగభూషణం లోగడలాగానే అర్ధరాత్రివేళ కుంకుడుచెట్టు దగ్గరకుపోయి, "భగవంతుడా! నా కొడుక్కు హంతకుడన్న అపఖ్యాతి రాబోతున్నది. వచ్చే జన్మలోనైనా, బుద్ధిమంతుడైన కొడుకును ప్రసాదించు!" అన్నాడు.

ఆ సమయంలో చెట్టుకొమ్మల్లోంచి "ఆ రత్నాల వ్యాపారి కొడుకు నిక్షేపంలా వుంటే నీ కొడుకు హంతకుడెలా అవుతాడు?" అన్నమాటలు వినిపించాయి.

నాగభూషణం ఆశ్చర్యపోతూ చెట్టు కొమ్మల్లోకి చూశాడు. ఏమీ కనిపించలేదు. భగవంతుడే తనకు అలా చెప్పివుంటాడని అతనికి తోచింది.

వెంటనే అతడు బయలుదేరి రత్నాలవ్యాపారి ఇంటికి వెళ్ళాడు. వ్యాపారి కొడుకు ఒంటినిండా కట్లతో మంచంలో పడుకుని ఉన్నాడు. అతని తల్లిదండ్రులు, బంధువులూ దిగులుగా కూర్చుని ఉన్నారు.

రత్నాల వ్యాపారిని సమీపిస్తూనే నాగభూషణం కోపంగా, "ఏమయ్యా నీకిదేమైనా న్యాయంగా తోస్తున్నదా?

నామీద నీకు పగ వుంటే మరోవిధంగా తీర్చుకోవచ్చు. కానీ, నా కొడుకు మీద ఇలాంటి అన్యాయపు ఆరోపణ చేస్తావా? నిక్షేపంలా వున్న నీ కొడుక్కు దొంగ కట్లు కట్టి నా కొడుకు కొట్టాడని అందరికీ చెబుతావా?" అన్నాడు.

రత్నాలవ్యాపారి ఏదోజవాబివ్వబోతుండగా, అతడి కొడుకు చప్పున మంచంలోంచి లేచి కూర్చుని, "ఈ కట్లేమిటి? ఈ గొడవేమిటి? ఛీ... ఛీ... ఇదంతా చెడ్డ చిరాగ్గా వున్నది" అంటూ కట్లు విప్పేసుకున్నాడు.

అతడి ఒంటి మీద చిన్న గాయపు గుర్తయినా లేదు. అందరూ ఆశ్చర్యపోయారు. "అంతా ఏదో మాయలా వున్నది!" అంటూ రత్నాల వర్తకుడి భార్య కొడుకును కౌగలించుకున్నది.

"మాయో, మంత్రమో మనవాడు మనకు దక్కాడు. నేను, నాగభూషణానికి ఋణపడి వున్నాను" అంటూ రత్నాల వర్తకుడు నాగభూషణాన్ని క్షమాపణ కోరాడు.

నాగభూషణం తృప్తిగా ఇంటికి వెళ్ళిపోయాడు. ఇది జరిగాక అతని కొడుకు ఎంతో బుద్ధిమంతుడిలా ప్రవర్తించ సాగాడు. కొంతకాలం గడిచేసరికి నాగభూషణానికి ఒక కొత్త ఆలోచన వచ్చింది.

తను ధనవంతుడన్న మాట నిజం. కానీ కోటీశ్వరుడేం కాదు. తరతరాలపాటు తన వంశం సుఖపడేటంత సంపద సంపాదించాలంటే ఒకే ఒక మార్గం వున్నది.

దొడ్లో వున్న కుంకుడుచెట్టు దగ్గర మరొకసారి ఆత్మహత్యాప్రయత్నం చెయ్యడం. అందువల్ల తనకు రెండుసార్లు మేలు జరిగింది.

ఇలా ఆలోచించి నాగభూషణం ఒక అర్ధరాత్రివేళ చెట్టు దగ్గరకు వెళ్ళాడు. హఠాత్తుగా పైనుంచి దభీమంటూ ఒక బ్రహ్మరాక్షసుడు అతడి ముందు దూకి "మళ్లీ ఎందుకొచ్చావు" అంటూ హూంకరించాడు.

బ్రహ్మరాక్షసుణ్ణి చూస్తూనే నాగభూషణానికి నోటమాట రాలేదు. అతడు అతి కష్టం మీద గొంతు పెగల్చుకుని "ఎవరు నువ్వు?" అని అడిగాడు.

"చావాలని వచ్చిన వాడివి నన్ను చూసి భయపడుతున్నావెందుకు? నేను బ్రహ్మ రాక్షసుణ్ణి. చాలా ఏళ్ళుగా యీ చెట్టు మీద ఉంటున్నాను.

నువ్వు ఆత్మహత్య చేసుకోకుండా వుంటే నాకీ భయంకర రూపం నుంచి విముక్తి కలిగి స్వర్గం చేరుకుంటాను. అందుకే లోగడ రెండుసార్లు చావకుండా నిన్ను కాపాడాను" అన్నాడు బ్రహ్మరాక్షసుడు.

ఆ జవాబుతో నాగభూషణానికి భయం పోవడమే గాక, బ్రహ్మరాక్షసుడి నుంచి మరికొంత సహాయం పొందవచ్చునన్న ఆశ కలిగింది.

"నా ఆత్మహత్యకూ, నీ స్వర్గప్రాప్తికీ ఈ లంకె ఏమిటి?" అన్నాడు నాగభూషణం. ఆ ప్రశ్నకు బ్రహ్మరాక్షసుడు పెద్దగా నిట్టూర్చి, "భగవంతుడు మనిషికి కొంత ఆయువు ఇచ్చి ధైర్యంగా బ్రతక మంటాడు. మనిషికి కష్టాలు వస్తే ధైర్యంగా ఎదుర్కోవాలి తప్ప ఆత్మహత్యల్లాంటి వాటికి పాల్పడరాదు.

నేను, నీ పూర్వీకుణ్ణి. కష్టాలు భరించలేక ఆత్మహత్య చేసుకుని ఆ పాపఫలితంగా బ్రహ్మరాక్షసుణ్ణయ్యాను. నా వంశంలో నా తర్వాత అయిదుతరాల వరకు ఎవరూ ఆత్మహత్య చేసుకోకుండా వుంటే నా పాపం నశించి స్వర్గప్రాప్తి కలుగుతుంది.

నా వంశంలో వాడికెవడికైనా రెండుసార్లు మాత్రమే నేను సాయపడగలను. ఇప్పుడు నువ్వు నా వంశంలో అయిదోతరం వాడివి. రెండుసార్లు నీకు సాయపడ్డాను.

ఇప్పుడు నువ్వు ఆత్మహత్య చేసుకుని నాతోపాటు ఈ చెట్టు మీద తోడుగా వచ్చినా సరే లేదా బతికినంతకాలం ధైర్యంగా బతికి నన్ను స్వర్గంలో కలుసుకున్నా సరే!" అని చెట్టు మీదకి ఎగిరిపోయాడు.

నాగభూషణం ఆ తర్వాత మళ్ళీ ఎన్నడూ ఆత్మహత్యా ప్రయత్నం తలపెట్టలేదు.

33. దేవతలైన దెయ్యాలు

పోలవరం ఊరి చివర మర్రిచెట్టు మీద చాలా దయ్యాలు కాపురముండేవి. ఒకరోజున కొత్త దయ్యం ఒకటి ఆ చెట్టు దగ్గరకు వచ్చింది.

"ఇప్పటికే ఈ చెట్టు ఇరుకైపోయింది. నువ్వు పోయి మరేదైనా చెట్టు చూసుకో!" అంటూ మర్రిచెట్టు మీది పెద్ద దెయ్యం కొత్త దయ్యాన్ని అదిలించింది.

"ఎక్కడికి పోయేది? దగ్గర్లో ఎక్కడా మరొక మర్రిచెట్టు కనబడడం లేదు" అంటూ కొత్త దయ్యం దీనంగా ముఖం పెట్టింది.

"అయితే, మనుషుల మధ్యకు పోయి వుండరాదూ!" అన్నదొక దయ్యం.

"మనుషులతో వేగడం మహా కష్టం. ఇంట్లో దయ్య ముందని అనుమానం వచ్చిందంటే మంత్రగాళ్ళను పిలుస్తారు. వాళ్ళు పెట్టే బాధ భరించలేక, నేనిలా పారిపోయి వచ్చాను. మర్రిచెట్టు గాలి తప్ప మరేదీ పడదు నాకు" అన్నది కొత్త దయ్యం.

చెట్టు మీది దయ్యాల్లో కాస్త ఉపకారబుద్ధి గల దయ్యం ఒకటున్నది. అది కొత్త దయ్యం మీద జాలిపడి, "సరేలే పోనీ, కొన్నాళ్ళపాటు నువ్వీ చెట్టు మీద ఉండు. నేను పోయి మనుషుల మధ్య ఉండి వస్తాను" అంటూ గాలిలోకి ఎగిరి, ఊరు చేరి ఒక ఇంట్లో ప్రవేశించింది.

ఆ ఇంటి యజమాని పోలయ్య. ఆయనకు భార్యా, ఇద్దరు కొడుకులు. కొడుకులిద్దరికీ పెళ్ళిళ్ళయి కోడళ్ళు కాపురానికి వచ్చారు. పెద్ద కొడుక్కు మూడేళ్ళ బాబు కూడా ఉన్నాడు.

దయ్యానికి ఆ ఇంట్లో ఏమీ శ్రమ అనిపించలేదు. తానెవరికీ కనిపించదు కనుక ఎక్కడ కావాలంటే అక్కడ తిరగవచ్చు. మర్రిచెట్టు కంటే, ఆ ఇల్లే దానికెంతో సదుపాయంగా వున్నది. ఆ ఇంట్లో వాళ్ళు సరదాగా కబుర్లు చెప్పుకుంటూంటే దయ్యం తానూ విని ఆనందించేది. పోలయ్య మనవడి ముద్దు చేష్టలు దానికి వినోదం కలిగించేవి. ఇక, ఆ యిల్లు వదలరాదనుకున్నది దయ్యం.

ఇలా ఒక నెలరోజులు దయ్యానికి హాయిగా జరిగిపోయింది. ఒకరోజున ఇంట్లోని ముగ్గురాడవాళ్ళూ కబుర్లలో పడ్డారు.

చిన్నకోడలు అత్తగారిని మెచ్చుకుంటూ, “మన పొరుగింటావిడ కోడల్ని దయ్యంలా వేధిస్తున్నది. మా అదృష్టం కొద్దీ మీరు మాకు అత్తయ్యగా దొరికారు” అన్నది.

“ఆ పొరుగింటావిణ్ణి దయ్యంతో పోలుస్తావెందుకే? దయ్యాలు ఆవిడకంటే చాలా మెరుగు!” అన్నది పెద్ద కోడలు.

ఇందుకు అత్తగారు నవ్వుతూ, “దయ్యాలు మెరుగంటున్నావు. నీకు వాటి గురించి బాగా తెలుసేమిటి?” అన్నది.

“ఆఁ తెలుసు కాబట్టే చెప్పాను! మనం దయ్యాల్ని మెచ్చుకుంటే అవి పనులు చేసిపెట్టే అవకాశం ఉంది. పొరుగింటావిడ ఎంత పనిచేసినా కోడల్ని సాధిస్తూనే ఉంటుంది” అన్నది పెద్ద కోడలు.

“మరి నువ్వు దయ్యాన్ని మెచ్చుకున్నావు గదా! ఈ రోజు నీవంతు రెండు గుండిగల నీళ్ళూ అదే తోడుతుందంటావా?” అన్నది చిన్నకోడలు.

“ఏమోఁ! ఎవరు చెప్పగలరు? మనం నిద్రపోయి లేచేసరికి, అలా జరిగినా జరగొచ్చు” అన్నది పెద్దకోడలు.

ఆ తర్వాత అందరూ నిద్రపోయారు. ఈ సంభాషణ విన్న దయ్యానికి తనను మెచ్చుకున్న పెద్దకోడలంటే అభిమానం ఏర్పడింది. ఆమెకు దయ్యాల మీద గల సానుభూతిని నిజం చెయ్యాలనుకుని, మర్నాడు పెద్దకోడలు నిద్ర లేచేసరికి రెండు గుండిగల్ని నీళ్ళతో నింపింది.

పెద్దకోడలు నూతిగట్టు వద్దకు వెళ్ళి రెండు గుండిగల నిండా నీళ్ళుండడం చూసి, ఆశ్చర్యపోతూ అత్తగార్నీ, చిన్న కోడల్నీ పిలిచి, “మీరేమైనా నీళ్ళు తోడారా?” అని అడిగింది.

ఇద్దరూ తోడలేదన్నారు. చిన్నకోడలు ఒక క్షణం ఊరుకుని, “రాత్రి మామగారు మన మాటలు విని, మనని ఆటపట్టించేందుకు ఈ పని చేశారేమో” అన్నది.

అయితే, పోలయ్యా, అతడి ఇద్దరు కొడుకులూ నూతి దగ్గరకే రాలేదన్నారు.

“కొంపతీసి, ఏ దయ్యమో ఈ పని చేయలేదు గదా!” అన్నది చిన్నకోడలు.

“దయ్యాల కిలాంటి ఉపకారబుద్ధి ఉండదు. తమాషా కోసం మనలోనే ఎవరో ఈ పనిచేసి వుంటారు” అంటూ పోలయ్య అందరిముఖాల కేసీ పరీక్షగా చూశాడు.

పోలయ్య పెద్దకొడుకు మాత్రం తాపీగా– “ఇది నిజంగా ఉపకారబుద్ధి గల దయ్యం పనే అయితే, యింత చిన్న సహాయంతో ఎందుకు ఊరుకోవాలి. మన ఇంటి కప్పు నేసిపెట్టకూడదూ? పెంకు తిరగవేసి నాలుగేళ్ళయింది. ఇంట్లో అక్కడక్కడా వాన కురుస్తున్నది కూడా” అన్నాడు.

తన సేవకు గుర్తింపు లభించలేదని దయ్యానికి చాలా బాధ కలిగింది. అది ఆ రాత్రి ఇంటి కప్పు మీది పెంకులన్నీ చక్కగా సర్దిపెట్టింది.

మర్నాడు తెల్లారి లేస్తూనే అంతా తనను మెచ్చుకుంటారని దయ్యం ఆశగా ఎదురుచూసింది. అయితే, పోలయ్య నిద్రలేస్తూనే ఒక గావుకేక పెట్టి పడిపోయాడు. ఆయన యిద్దరు కొడుకులూ కంగారుపడి వైద్యుణ్ణి పిలుచుకువచ్చారు.

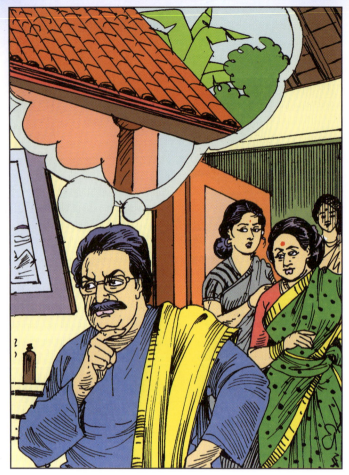

వైద్యుడు పోలయ్యను పరీక్షించి, "ఈయనకు కడుపులో పుండు ఉన్నది. శస్త్రచికిత్స చేయాలి. కొంచెం బాధాకరంగా ఉంటుంది. అది అంతగా తెలియరాకుండా మత్తుమందు ఇస్తాను" అన్నాడు.

తరువాత శస్త్రచికిత్స చేసి, మత్తుమందు యిచ్చి వెళ్ళిపోయాడు. దయ్యం ఇదంతా చాలా ఆశ్చర్యపోతూ చూసింది. పోలయ్య త్వరగా కోలుకుంటే తప్ప ఇంట్లో వాళ్ళకు తన మంచితనం గురించి తెలియదని నిరుత్సాహపడింది.

నాలుగురోజులు గడిచినై. బాధ అనిపించినప్పుడల్లా పోలయ్య మత్తుమందు వేసుకుని నిద్రపోయేవాడు. ఈ గొడవలో ఇంట్లో వాళ్ళెవరూ కప్పు మీది పెంకునేత గమనించలేదు.

ఒకరోజున పెద్ద వాన ప్రారంభమయింది. పోలయ్య మంచం మీద లేచి కూర్చుని కొడుకులతో ధాన్యం గది జాగ్రత్త! అది తడిసిపోవడం జరిగితే మనం తిండికి అవస్థపడవలసి వస్తుంది" అంటూ కేకలు పెట్టాడు.

అందరూ ఇంట్లో తలా ఒకచోటుకు వెళ్ళి చూశారు. పూర్వంలాగా ఎక్కడా కప్పులో నుంచి వాన చినుకులు పడడం లేదు. వాళ్ళు ఆశ్చర్యపోయి ఈ సంగతి పోలయ్యకు చెప్పారు.

అప్పుడు అందరికీ పోలయ్య పెద్దకొడుకు దయ్యాన్ని గురించి అన్న మాటలు గుర్తుకు వచ్చాయి. వాన తగ్గిన తరువాత వెళ్ళి చూస్తే ఇంటి మీద పెంకు చక్కగా పేర్చి ఉంది.

కోడళ్ళిద్దరూ హడలిపోయ్యారు. "ఈ ఇంట్లో నిజంగానే దయ్యం చేరింది!" అంటూ అత్త గోలపెట్టింది.

"మంత్రాల మరిదయ్యను పిల్చుకువస్తాను" అంటూ పెద్దకొడుకు ఊళ్ళోకి వెళ్ళాడు.

తను ఇంటివాళ్ళందరికీ ఉపకారం చేస్తే వాళ్ళు అంతగా ఎందుకు భయపడిపోతున్నారో అర్థం కాక, దయ్యం మళ్ళీ మర్రిచెట్టు దగ్గరకు వెళ్ళింది.

"ఛీ! ఛీ! ఇక్కడ ఖాళీ లేదని తెలియదా ఏం?" అంటూ ఒక దయ్యం పెద్దగా విసుక్కున్నది.

ఇంటి దయ్యం ఆ దయ్యాన్ని గుర్తుపట్టి, "నువ్వే కదా లోగడ మంత్రగాళ్ళకు భయపడి ఇక్కడికి పారిపోయి వచ్చింది! ఇంతకూ వాళ్ళేం చేస్తారేమిటి?" అని అడిగింది.

"వాళ్ళు మంత్రాలు చదివితే, మనకు ఒళ్ళంతా మంటలు పుడతాయి. ఆ బాధ భరించలేక పారిపోతాం" అన్నది దయ్యం.

"ఓస్ ఇంతేనా!" అనుకుంటూ పోలయ్య ఇంటి దయ్యం తిరిగివచ్చి వైద్యుడు పోలయ్యకు ఇచ్చిన మత్తుమందు కొంచెం మింగి ఒక మూలగా నిద్రలో జోగుతూ కూర్చున్నది.

తరువాత మంత్రాల మరిదయ్య వచ్చి కాస్సేపు హడావుడి చేసి ఏవేవో మంత్రాలు చదివాడు. ఎన్ని మంత్రాలు చదివినా వాడికి దయ్యం జాడ తెలియలేదు.

"నేను గొప్ప పిడుగుల్లాంటి మంత్రాలు చదివాను. వాటి ధాటికి ఎంతలేసి దయ్యమైనా నిలువలేదు" అని చెప్పి మరిదయ్య తన బహుమతి తీసుకుని వెళ్ళిపోయాడు.

"దయ్యం నిజంగా ఇల్లొదిలి పారిపోయిందంటావా?" అని చిన్నకోడలు పెద్ద కోడలిని అడిగింది.

"వెళ్ళకపోయిన పక్షంలో అది ఈ రాత్రి గదిలోని ధాన్యాన్నంతా బియ్యం కింద దంచి తీరుతుంది కదా!" అన్నది పెద్ద కోడలు. ఆ సరికి దయ్యానికి మత్తుమందు ప్రభావం దిగి పోవడంతో ఈ మాటలు విని అది రాత్రికి రాత్రే గదిలోని ధాన్యాన్ని దంచి బియ్యం చేసింది.

మర్నాడు ధాన్యం గదిలోని బియ్యం చూసి ఇంటిల్లిపాదీ హడలిపోయారు. కొంతసేపటికి పెద్ద కోడలు తేరుకుని "ఇన్ని మంచి పనులు చేస్తున్నది దయ్యమై ఉండదు. దయ్యమైతే మరిదయ్య మంత్రాలకు పారిపోయి ఉండేది. ఈ ఇంటిని ఏదో దేవత కాపాడుతున్నది. ఆ దేవత మనకెన్నడూ అపకారం చెయ్యదు" అన్నది.

ఈ మాటలతో అందరికీ ఎక్కడలేని ధైర్యం కలిగింది.

పోలయ్య ఇంటి దయ్యం ఉత్సాహంగా మర్రిచెట్టు దగ్గరకు వెళ్ళింది.

"మంత్రాల మరిదయ్య తరిమేశాడా?" అని ఒక దయ్యం అడిగింది.

"అదేం లేదు. మీ అందరికీ హాయిగా ఇళ్ళల్లో ఉండే ఉపాయం చెబుదామని వచ్చాను" అంటూ పోలయ్య యింటి దయ్యం మత్తుమందును గురించి వాటికి చెప్పింది.

"భలే మంచి ఉపాయం! ఇకముందు మనం ఈ చెట్లను పట్టుకు వేళ్ళాడనవసరం లేదు" అంటూ కొన్ని దయ్యాలు కేకలు వేశాయి.

పోలయ్య ఇంటి దయ్యం వాటిని ఊరుకోమని, "ఇంతకాలంగా మనం చెడ్డవాళ్ళమని నేననుకునేదాన్ని. మనం దయ్యాలమైనా మంచిపనులు చేస్తే మనను మనుషులు దేవతలంటారు.

మనుషులతో పాటు హాయిగా బతకాలనుకుంటే మనం మంచి పనులు చేస్తూ దేవతలం అనిపించుకోవాలి" అన్నది.

ఆనాటినుంచీ మంచిపనులు చేసిన దయ్యాలన్నీ దేవతలయ్యాయి. చెడ్డ పనులు మానలేనివి మాత్రం దయ్యాలు గానే ఉండిపోయాయి.

34. మహా కావ్యం

విష్ణుపురం అనే అగ్రహారంలో వుండే మురళీ మోహనుడనేవాడికి తను చాలా గొప్ప కవినని నమ్మకం. వాడొక కావ్యాన్ని రచించాడు.

వాడు రెండుసార్లు దాన్ని చదివాక వాడికి అది చాలా గొప్ప కావ్యమన్న అభిప్రాయం కలిగింది. ఆ అగ్రహారంలో వాణీనాధుడనే ఒక మహాపండితుడున్నాడు. సంస్కృతాంధ్రాలలో ఆయన చదవని కావ్యమంటూ లేదు.

ఆయన మెచ్చుకుంటే తన కావ్యానికి గుర్తింపు వచ్చినట్లే అని భావించి ఒకరోజు మురళీమోహనుడు వాణీనాధుణ్ణి కలుసుకుని, "అయ్యా నేనొక కావ్యం వ్రాశాను. దాన్ని చదువుతాను, తమరు వినాలి" అన్నాడు.

"సరే, చదువు" అన్నాడు వాణీనాధుడు. మురళీ మోహనుడు తన కావ్యాన్ని చదవసాగాడు. కొంతసేపయ్యాక వాణీనాధుడు "నాయనా! చదవడం ఆపు. నాకు వేరే పనులున్నవి" అన్నాడు.

"సరే, రేపు తమ దర్శనం చేసుకుంటాను" అని మురళీమోహనుడు ఆ రోజుకు వెళ్ళిపోయి మర్నాడు వాణీనాధుడి వద్దకు వెళ్ళి మళ్ళీ కావ్యం చదవసాగాడు. కొంతసేపు విన్నాక వాణీనాధుడు తనకేవో పనులున్నాయన్నాడు. ఈ విధంగా వారంరోజులు గడిచాయి. తన కావ్యం మొత్తం వాణీనాధుడికి త్వరగా వినిపించాలని మురళీమోహనుడు ఆదుర్దాపడసాగాడు.

అయితే, ఇప్పుడు జరుగు తున్న తీరులో నెలరోజులైనా అనుకున్న పని పూర్తయ్యేలా వాడికి కనిపించలేదు. ఒకరోజున వాణీనాధుడితో వాడు "అయ్యా ఒక్కరోజును తమరు పూర్తిగా నాకోసం కేటాయించలేరా?" అని అడిగాడు.

"అందువల్ల, నీకు కలిగే లాభమేమిటి?" అన్నాడు వాణీనాధుడు.

"నేను తమకు వినిపించదలచుకున్న కావ్యం మొత్తం ఒక్కసారిగా అయిపోతుంది" అన్నాడు మురళీమోహనుడు.

వెంటనే వాణీనాధుడు "అసలు ఏ ప్రయోజనం ఆశించి, దీన్ని నాకు వినిపించాలనుకుంటున్నావు?" అని ప్రశ్నించాడు.

"ఇది ఒక మహాకావ్యమని తమరు తెలుసుకుంటారని?" అన్నాడు మురళీమోహనుడు.

"ఇది మహాకావ్యమా? ఆ విషయం వింటే ఎలా తెలుస్తుంది? నువ్వు నోటితో ఒక్కమాట చెబితే సరిపోయేది కదా, అంత శ్రమ ఎందుకు తీసుకున్నావు?" అన్నాడు వాణీ నాధుడు జాలిగా. "అయ్యా అలా కాదు, తమరు దీన్ని తమ నోటిమీదుగా మహాకావ్యమని అనాలి. అదీ నా కోరిక" అన్నాడు మురళీమోహనుడు.

"అయ్యో! ఈ సంగతి ముందే చెబితే ఇన్నాళ్ళూ నీకూ, నాకూ శ్రమ తప్పేది. సరే, ఇది మహాకావ్యమని అంటున్నాను. ఇక నాకు వినిపించకు" అన్నాడు వాణీనాధుడు.

మోహనుడు సందేహిస్తూ "తమరే కాదు, ఏ గొప్ప పండితుడైనా దీన్ని మహాకావ్యమని అనగలడా?" అని అడిగాడు.

"తప్పక అంటారు. కానీ ఎటొచ్చీ నువ్వా పండితులకు దీన్ని వినిపించనని ముందుగా మాట ఇవ్వాలి" అన్నాడు వాణీనాధుడు. ఆ జవాబుకు మురళీమోహనుడు తెల్లబోయి "అయ్యా అదేమిటి? వినకుండా ఇది మహాకావ్యమని వారికెలా తెలుస్తుంది?" అని అడిగాడు.

"నాయనా! అందుకు ఒక కారణం ఉన్నది. ఇది వినడం చాలా కష్టం. దీన్ని మహాకావ్యమని ఒప్పుకోవడం ద్వారా ఆ శ్రమ తప్పుతుందంటే ఏ పండితుడైనా సంతోషంగా అందుకు ఒప్పుకుంటాడు" అన్నాడు వాణీనాధుడు.

"అలా కాదు. దీన్ని అందరూ మహాకావ్యమని అంగీక రించాలి. అందుకు నేనెలాంటి మార్పులు చేయాలో చెప్పండి. ఆ ప్రకారం చేస్తాను" అన్నాడు మురళీ మోహనుడు.

"అయితే నీ కావ్యం పేరు మార్చు. దానికి మహా కావ్యమని కొత్తపేరు పెట్టు. అప్పుడందరూ దీన్ని మహాకావ్యమని పిలవక తప్పదు. ఇంతకుమించి మరే ఉపాయమూ చెప్పలేను" అన్నాడు వాణీనాధుడు.

తన కావ్యం ఆ పండితుడికి నచ్చలేదన్న విషయం అప్పటికి అర్థం కాగా, మురళీమోహనుడు నొచ్చుకుని "అయ్యా! కావ్యం తమకు నచ్చకపోతే ఆ విషయం ముందే చెప్పి వుండవలసింది!" అన్నాడు.

అందుకు వాణీనాధుడు చిరునవ్వు నవ్వి, "ఎప్పుడైతే నీ కావ్యాన్ని ఒకసారి వినడానికి నిరాకరించానో, అప్పుడే నీకు విషయం అర్థమయివుండాలి. నువ్వు అర్థం చేసుకోలేక పోయావు. నేనేం చేయగలను? నువ్వు నీ కావ్యాన్ని మహా కావ్యమని పొగడుకోగలవేమో! నాకు మాత్రం ఎదుటివారి రచనను నిరసించడం మనస్కరించదు" అన్నాడు.

మురళీమోహనుడు మాట్లాడకుండా అక్కడినుంచి వెళ్ళిపోయాడు.

35. అతి నిదానం

రఘువీరుడనేవాడు ఒక జమీందారు ఇంట్లో ఆయనకు చేదోడు వాదోడుగా వుంటూ, ఆయన యిచ్చేదాని మీద జీవిస్తున్నాడు. అయితే జమీందారు దగ్గర జీవితం అతడికి కత్తి మీద సాములా ఉన్నది.

కావడానికి జమీందారు చాలా మంచివాడు. రఘు వీరుడి కుటుంబాన్ని ఆయన సొంత కుటుంబంలా చూసుకుంటు న్నాడు. అన్నీ బాగానే వున్నాయి.

కానీ! జమీందారు నిదానంలో కూడా మరీ అతి నిదానం. మనిషి మీద పిడుగు పడిపోతున్నా తను నిమ్మకు నీరెత్తినట్టు ఉంటాడు. అలాగని ఏదీ పట్టించుకోకుండా ఉండడు. ఆయనకు అన్ని వ్యవహారాలూ కావాలి.

ఊళ్ళో సోమయ్య అనే రైతు కూతురు పెళ్ళి జరిగింది. ఆ పెళ్ళికి పందిళ్ళు తను వేయిస్తానని జమీందారు సోమయ్యకు చెప్పాడు. పెళ్ళిరోజు దగ్గర పడుతున్నదనగా సోమయ్య, రఘు వీరుడి చుట్టూ తిరుగసాగాడు.

రఘువీరుడు జమీందారుకు ఈ సంగతి చెబితే ఆయన పట్టించుకోకుండా, "తొందరేముందిరా, ఇంకా పెళ్ళికి వ్యవధి వుంది గదా!" అనసాగాడు.

చివరకి పెళ్ళిపందిళ్ళు, మగపెళ్ళివారు ఆ ఊరు తరలివచ్చాక వాళ్ళ కళ్ళముందే వేయించడం జరిగింది. మగపెళ్ళివారు చాలా గింజుకుని సోమయ్యను నానామాటలూ అన్నారు.

సోమయ్య వాళ్ళకు జరిగింది చెప్పుకుని, "మా జమీందారు గారి మాట కాదని నా అంతట నేనే పందిళ్ళు వేయిస్తే యిక ఊళ్ళో బతకలేను.

అయినా, ఆయన చాలా మంచివాడు. ఎటొచ్చీ రఘువీరుడనేవాడు ఆయన వ్యవహారాలన్నీ చూస్తుంటాడు. దేవుడు వరమిచ్చినా పూజారి వరమివ్వడన్నట్టు వాడు అన్నింటికీ ఆలస్యం చేస్తూంటాడు" అన్నాడు.

తప్పు జమీందారుదే అని తెలిసినా, ఎవరూ ఆ మాట పైకి అనలేరు. అలాంటివారంతా రఘువీరుడి మీద తమ అక్కసు తీర్చుకుంటూండేవారు. ఇది, రఘువీరుడికి చాలా బాధగా ఉండేది.

కానీ, రఘువీరుడి కారణంగా తన పరువు నిలబడు తున్నదని జమీందారుకు తెలుసు. అందువల్ల ఆయన వాణ్ణి ఆత్మీయుడిలా చూసుకునేవాడు.

ఒకసారి ఆ దేశపు రాజు పొరుగు గ్రామం మీదుగా వేటకు వెళుతున్నట్టు తెలిసింది. జమీందారు వెంటనే రఘువీరుడితో, రాజుగారికి తమ గ్రామంలో విడిది ఏర్పాటు చేయమని చెప్పాడు.

"వద్దు బాబూ, మహారాజు పరమ కోపిష్ఠి అని విన్నాను. ఏర్పాట్లలో ఏ లోటు జరిగినా మనకు ఉరిశిక్ష తప్పదు" అన్నాడు రఘువీరుడు భయపడిపోతూ.

"మన ఏర్పాట్లలో లోట్లెందుకు జరుగుతాయి?" అన్నాడు జమీందారు కోపంగా.

రఘువీరుడు మాట్లాడలేదు.

మహారాజుకు కబురు వెళ్ళింది. ఆయన సంతోషంగా అంగీకరించాడు. వేట నుంచి తిరిగి వచ్చేటప్పుడు జమీందారు గ్రామంలో బస చేస్తానన్నాడు. రఘువీరుడి గుండెల్లో రాయి పడింది. జమీందారుకు ఒక బావమరిది వున్నాడు. రాజును తమ ఊరికి ఆహ్వానించడం, కొరివితో తలగోక్కున్నట్లే అని అతడికి తెలుసు.

అతను ముందుగానే రాజుగారి అనుచరుల్లో కొందరిని మంచి చేసుకున్నాడు. వాళ్ళతో తన బావ ఏ పనైనా రఘు

వీరుడనే వాడికి అప్పగిస్తాడనీ, ఏర్పాట్లలో ఏదైనా లోటుపాటు జరిగితే, అవి వాడు బుద్ధిపూర్వకంగా చేసేవే అనీ చెప్పాడు. ఈ విషయం వీలు దొరికినప్పుడు రాజుగారితో చెప్పమన్నాడు. వాళ్ళు సరేనన్నారు.

ఈ సంగతి రఘువీరుడికి తెలియదు. జమీందారు నిదానగుణంలో ఏమార్పూ రాలేదు.

రాజు రావలసినరోజుకు, ఆయన విశ్రాంతి భవనంలో ఏర్పాట్లు ఇంకా పూర్తికాలేదు. అయితే, వేటలో రాజు గాయ పడడం వల్ల ఒకరోజు ఆలస్యంగా వచ్చాడు. ఆ లోటు అలా తీరిపోయింది. విశ్రాంతి భవనంలోని చక్కని సౌకర్యాలు చూసి రాజు చాలా సంతోషించాడు.

రాజు రాత్రికి తనకేమేం వంటకాలు కావాలో జమీందారుకు చెప్పాడు. ఆయన అంతా శ్రద్ధగా విని తన వంటవాడికి చెప్పాడు.

వాడు వంటగదికి వెళ్ళి కొంతసేపటి తరువాత తిరిగివచ్చి, "కూరల్లో రాజుగారు కుంకుమపువ్వు వాడమన్నారు. అది లేదు. వెంటనే తెప్పించండి" అని చెప్పాడు.

ఈ విషయం జమీందారు రఘువీరుడికి రాత్రి అయ్యాక చెప్పాడు. వాడు ఊళ్ళో విచారించగా, ఆ కుంకుమపువ్వు పొరుగూరిలో వున్న పెద్ద దుకాణంలో తప్ప మరెక్కడా దొరకదని తెలిసింది. రాజుగారి భోజనసమయం కావస్తున్నది.

ఈలోగా రాజు జమీందారుకు కబురుపెట్టి, "నేను వేటలో కొద్దిగా గాయపడిన కారణంగా వైద్యులు కుంకుమపువ్వు వాడరాదంటున్నారు. మీరిప్పటికే పదార్థాలు అవీ చేయించివుంటే నా కోసం మళ్ళీ వంట చేయించండి'. కొంచెం ఆలస్యం అయినా ఫరవాలేదు" అన్నాడు.

ఈ వార్త రఘువీరుడికి తెలిసింది. అతడి గుండె తేలిక పడింది. అసలు కుంకుమపువ్వు లేకుండానే వంట పూర్తికావడం వల్ల రాజుకు సకాలంలోనే భోజనం వడ్డించబడింది. రాజు ఆశ్చర్యపోయాడు. భోజనం ఆలస్యం కానందుకాయన జమీందారును మెచ్చుకున్నాడు.

మర్నాడు రాజు తనకు జరిగిన ఆతిథ్యం విషయంలో ఎంతో తృప్తి చెంది ఆ గ్రామానికి ఎన్నో సదుపాయాలు కలగ చేస్తానని వాగ్దానం చేశాడు.

అంతేగాక, గ్రామపెద్దలందరి ముందూ రఘువీరుణ్ణి పిలిచి, "నీ గురించి విన్నాను. నీ వంటి సమర్థుడు దొరికిన ఈ జమీందారూ, గ్రామస్థులూ చాలా అదృష్టవంతులు" అంటూ మెచ్చుకున్నాడు.

రాజు వెళ్ళిపోయాక ఊళ్ళో రఘువీరుడి పరపతి పెరిగి పోయింది. అతడు మహారాజు అభిమానానికి పాత్రుడయ్యాడని తెలిసి అంతా అతణ్ణి గౌరవించసాగారు.

జమీందారు కూడా రఘువీరుడి చేతులు పట్టుకుని, "ఇంతకాలం నిన్ను కన్నకొడుకులా భావించాను. కానీ ఈ రోజు నుంచీ నువ్వు నిజంగా నా కన్నకొడుకువే!" అన్నాడు.

ఆ మాటకు రఘువీరుడు సంతోషించకపోగా, ఎంతో బాధతో "నేనిక మీ దగ్గర వుండదలచలేదు.. ఏ పట్నమో పోయి స్వతంత్రంగా బతుకుతాను.

రాజంతటి వాడు వచ్చినా మీరు, మీ అతినిదాన స్వభావం మార్చుకోలేదు. ఆ కుంకుమపువ్వు విషయంలో ఏ దైవశక్తో మనల్ని కాపాడింది.

రాజుగారు మన ఆతిథ్యానికి పూర్తిగా తృప్తి చెందాడు. ఇందువల్ల మీలో నిదానగుణం మరింతగా పెరిగిపోతుంది. మీరు ఇక్కడికి ఏ చక్రవర్తినో ఆహ్వానించినా ఆహ్వానించవచ్చు. అప్పుడు జరగ బోయేదేమిటో నేనూహించగలను" అన్నాడు.

ఆ జవాబుకు జమీందారు పెద్దగా నవ్వి, "గ్రామ పెద్దలందరి ఎదుటా రాజుగారు ఆతిథ్యం యిచ్చిన నన్ను కాక, నిన్ను ఎందుకు మెచ్చుకున్నారనుకున్నావు?

ఆయన అనుచరులు నన్ను గురించీ, రాత్రి జరిగిన దాన్ని గురించీ సర్వం ఆయనకు చెప్పేశారు. వెళ్ళేముందు ఆయన నా అతినిదానం విషయమై చాలా గట్టిగా హెచ్చరిం చాడు. తెలిసిందా?

రాజంతటి వాడి హెచ్చరికనే పాటించకపోతే జమీందారీకే ముప్పు, అర్థమైందా" అన్నాడు. రఘువీరుడు అర్థమయిందన్నట్టు చాలా సంతోషంగా తలాడించాడు.

36. గురువుకు పాఠం

రమానందుడికి ఎవ్వరూ లేరు. చిన్నతనంలోనే తల్లీ తండ్రీ పోగా వాడు ఒక గురుకులాశ్రమానికి వెళ్ళి, అక్కడ గురువుకు శుశ్రూష చేసుకుంటూ జీవించసాగాడు.

గురువు చాలా మంచివాడు. ఆయన తన వద్దకు వచ్చిన ధనికుల బిడ్డలతో పాటు, రమానందుడికి కూడా సమంగా చదువు చెప్పాడు. ఇరవైఏళ్ళు వచ్చేసరికి రమానందుడు అన్ని శాస్త్రాలూ నేర్చుకున్నాడు.

ఒకరోజున గురువు, రమానందుణ్ణి పిలిచి దగ్గర కూర్చో బెట్టుకుని, "నాయనా! నువ్వు చాలా తెలివైనవాడివి. డబ్బుకు ఆశపడకుండా గ్రామాలకు పోయి అక్కడివాళ్ళను విద్యావంతుల్ని చెయ్యి. అభిమానంతో గ్రామస్థులు ఏది ఇచ్చినా తీసుకుని దానితో తృప్తిపడు. కాని ఎన్నడూ అత్యాశకు మాత్రం పోకు" అని చెప్పాడు.

"గురువర్యా మీరు చెప్పినట్లు నడుచుకుంటాను. మీరు ముందుగా ఏ గ్రామానికి వెళ్ళమంటే ఆ గ్రామానికి వెళతాను" అన్నాడు రమానందుడు వినయంగా.

"ఏ గ్రామానికి వెళ్ళినా ఫరవాలేదు. కాని, పొరపాటున కూడా మూర్ఖాపురానికి వెళ్ళవద్దు. ఈ ఒక్క సలహా గుర్తుంచు కుంటే చాలు" అన్నాడు గురువు. రమానందుడు గురుకులా శ్రమం వదిలి బయలు దేరాడు. అతడి అదృష్టమో, దురదృష్టమో గాని చీకటిపడుతున్న వేళలో అతడు మూర్ఖాపురమే చేరాడు. ఇక ఆ రాత్రి అక్కడ గడపక తప్పదనుకుని అతడు ఒక గృహస్థుడి ఇంట బసచేశాడు.

గృహస్థుడు అతణ్ణి, "ఎవరు నువ్వు బాబూ? వృత్తి ఏమిటి?" అని అడిగాడు. రమానందుడు తనను గురించి చెప్పుకున్నాడు. వెంటనే గృహస్థుడు అతడికి దణ్ణం పెట్టి

"చిన్నవాడికైనా, బాగా చదువుకున్నవాడైతే చెయ్యెత్తి మొక్కమని శాస్త్రాలు చెబుతున్నాయి. మా ఊళ్ళో సరైన గురువు లేక పిల్లలు చెడిపోతున్నారు. నువ్విక్కడే వుండి మా ఊరి పిల్లలకు చదువు చెప్పాలి" అన్నాడు. గురువు చెప్పినమాట గుర్తుంచుకుని రమానందుడు ఆ ఊళ్ళో ఉండడం తనకు వీలుకాదన్నాడు. అయితే, మర్నాడు తెల్లవారేసరికి ఊరివాళ్ళు చాలామంది రకరకాల కానుకలతో రమానందుడి దగ్గరకు వచ్చి తమ పిల్లలకు చదువు చెప్పవల సిందిగా కోరారు.

ఆ కానుకలు చూసేసరికి రమానందుడికి ఆశపుట్టింది. చదువుకోసం యింతగా తాపత్రయపడే వాళ్ళకు చదువు చెప్పడం తన ధర్మంగా భావించాడు.

ఆ విధంగా అతడు గురువు యిచ్చిన సలహాను తోసి పుచ్చాడు. గ్రామాధికారి రమానందుడి కోసం ఒక చిన్న ఇల్లు ఏర్పాటు చేశాడు. అతడు బడి ప్రారంభించేముందు ఆయన, "నీ బడి కనబడే పెద్ద ఇంట్లో వుండవలసి వస్తుంది!" అని చెప్పాడు.

రమాపతికి, గ్రామాధికారి మాటలు అర్థం కాలేదు.

మూర్ఖాపురం పిల్లలు మహా అల్లరివాళ్ళు. రమానందుడు ఏం చెప్పినా వినకుండా అల్లరి చేస్తూండేవాళ్ళు. రమానందుడు వాళ్ళల్లో ప్రతి ఒక్కణ్ణీ శ్రద్ధగా గమనించి అంతా అల్లరివాళ్ళు కారనీ, వాళ్ళల్లో కొందరు మిగతావాళ్ళను పాడుచేస్తున్నారనీ గ్రహించాడు. అతడు అల్లరి పిల్లల్ని వేరుచేసి ఒకరోజున వాళ్ళను కఠినంగా శిక్షించాడు.

ఆ రాత్రే గ్రామాధికారి రమానందుణ్ణి కలుసుకుని, "పిల్లల్ని ఎందుకు కొట్టావు?" అని అడిగాడు.

"వాళ్ళు అల్లరి చేశారు. కొట్టాను!" అన్నాడు రమానందుడు.

"అల్లరి పిల్లలు చేయకపోతే నువ్వూ నేనూ చేస్తామా?" అన్నాడు గ్రామాధికారి కోపంగా.

రమానందుడికేం జవాబివ్వాలో తెలియలేదు. గ్రామాధికారి "చిన్నపిల్లలు భగవంతుడితో సమానమని శాస్త్రాలు చెబుతున్నాయి. వాళ్ళనింకెప్పుడూ కొట్టకు. కొట్టకుండా చదువు చెప్పు" అన్నాడు.

ఆ తర్వాత రమానందుడు పిల్లల్ని కసురుకోకుండా, కొట్టకుండా మంచిగా వుండాలని ప్రయత్నించాడు. అందువల్ల ఏ ఒక్కడికీ అక్షరం ముక్క వంటబట్టలేదు. కొన్నాళ్ళ తర్వాత గ్రామాధికారి మళ్ళీ రమానందుణ్ణి కలుసుకుని, పిల్లలెవరికీ నీవల్ల ఏ చదువూ రావడం లేదని గ్రామంలో అంతా అంటున్నారు" అన్నాడు.

"మీ పిల్లలెవరికీ చదువు రాకపోవడానికి నేను కారణం కాదు. ఆ పిల్లల తల్లిదండ్రులు!" అన్నాడు రమానందుడు.

"అయితే, ఏం చేయమంటావు?" అని అడిగాడు గ్రామాధికారి.

"గ్రామంలోని పెద్దలందర్నీ ఒకచోట చేర్చండి. వాళ్ళ పిల్లలకు బాగా చదువు రావడానికి ఇంట్లో ఏం చేయాలో నేను వివరించి చెబుతాను" అన్నాడు రమానందుడు.

రమానందుడు కోరినట్టే పెద్దల సమావేశం ఏర్పాటయింది. పిల్లలను క్రమశిక్షణలో ఎలా పెంచాలో రమానందుడు వాళ్ళకు చెప్పాడు. ఇంటివద్ద ఎలా చదివించాలో, అవసరమయితే వాళ్ళనెలా శిక్షించి భయపెట్టాలో కూడా వివరించాడు.

"పిల్లల చదువూ, బుద్ధిగా చూసుకోవడం అంతా తల్లిదండ్రులు చూసుకుంటే, ఇంక బడి ఎందుకు? గురువు ఎందుకు?" అన్నాడు గ్రామాధికారి. అక్కడ చేరిన చాలామంది పెద్దలకు కూడా యిదే సందేహం కలిగింది. రమానందుడు ఎంత వివరించినా వాళ్ళు యిదే ప్రశ్న మళ్ళీ, మళ్ళీ అడగ సాగారు. రమానందుడు చేసేదిలేక, "నేనెంత చెప్పినా మీకు అర్థం కావడం లేదు" అన్నాడు దిగులుగా.

గ్రామాధికారి వెంటనే, "పెద్దవాళ్ళం మాకే అర్థమయ్యేలా చెప్పలేనివాడివి, పిల్లలకేం చదువు చెప్పగలవు? నువ్వు కొన్నాళ్ళు ఆ ఇంట్లో వుండవలసిందే!" అన్నాడు.

ఆ పెద్దిల్లు ఏమిటో చూడాలని రమానందుడికి కుతూహలంగానే ఉన్నది. అతడు అక్కడికి వెళ్ళి లోపలికి అడుగు పెట్టగానే బయటినుంచి గ్రామాధికారి తలుపుకు గొళ్ళెం పెట్టాడు.

లోపల కొందరు మనుషులున్నారు. వాళ్ళల్లో ఒకడు రమానందుణ్ణి చూసి, "మనకు ఈరోజు మరొక కొత్త స్నేహితుడు వచ్చాడు!" అంటూ పెద్దగా అరిచాడు.

"మీరెవరు?" అని అడిగాడు రమానందుడు వాళ్ళను. "ఈ ఊళ్ళో పిల్లలకు పాఠాలు చెప్పాలని వచ్చి భంగపడినవాళ్ళం. ఈ కారాగారానికి రోజూ కొందరు పిల్లలు వచ్చి గురువులంటే ఎలా వుండాలో మనకు పాఠాలు చెబుతారు. వాళ్ళ వెంట మెరికల్లాంటి నలుగురు వస్తాదులుంటారు" అన్నాడు వాళ్ళల్లో ఒకడు. గురువు గారి మాట విననందుకు తనకు తగినశిక్షే పడిందనుకున్నాడు రమానందుడు. ఇప్పుడు అంతా కలిసి బయటపడే మార్గం చూడాలి! మొత్తం పదిమంది వున్నారక్కడ.

మర్నాడు అక్కడి గురువులందరికీ పాఠాలు చెప్పడానికి పిల్లలు వచ్చారు. రమానందుడు వాళ్ళతో "మీరంతా ఎంతో అదృష్టవంతులు. ఏ శ్రమా లేకుండా ఒక్క గంటలో సకల శాస్త్రాలూ నేర్చుకునే అవకాశం ఉన్నది" అన్నాడు.

"ఎలాగో చెప్పండి!" అన్నాడొక పిల్లవాడు.

"ఇంతమంది గురువులం ఏకకంఠంగా సరస్వతీ నామస్తోత్రం చేస్తే దేవి ప్రసన్నురాలై చుట్టుప్రక్కల వున్న జనానికి విద్యాదానం చేస్తుంది" అన్నాడు రమానందుడు. పిల్లలంతా

వెళ్ళి ఈ సంగతి గ్రామంలోని పెద్దలకు చెప్పారు. కొద్దిసేపట్లో పెద్దింటి ప్రాంతం అంతా జనంతో కిటకిటలాడిపోయింది.

రమానందుడు పెద్దగా గొంతెత్తి, "ఎక్కడ మూర్ఖత్వం వున్నదో అక్కడ సరస్వతి ఉండదు. మేం పదకొండుమందిమీ సరస్వతీ నామస్తోత్రం చేస్తూ నడక ప్రారంభిస్తాం. సరస్వతీ కటాక్షం కావాలనుకున్నవాళ్ళు మా వెనుకనే బయలుదేరండి!" అన్నాడు.

రమానందుడితోపాటు గురువులందరూ ఊరి పొలి మేరలకేసి నడుస్తూ పెద్దగా సరస్వతీ నామస్తోత్రం ప్రారంభించారు. వాళ్ళ వెనుక మూర్ఖాపురం ప్రజలు! ఊరి పొలిమేరలు దాటగానే రమానందుడు వాళ్ళతో, "సరస్వతీదేవి మమ్మల్ని వేగంగా పరుగుతీయమని, మిమ్ములను పొలిమేర దగ్గరే ఆగి పొమ్మంటున్నది!" అని, మిగతావాళ్ళతో కలిసి పారిపోయాడు. ఆ తర్వాత రమానందుడు తన విద్యను ప్రదర్శించి రాజాశ్రయం సంపాదించాడు. అతడు రాజుకు మూర్ఖాపురం ప్రజలతో తనకు కలిగిన అనుభవం చెప్పి ఆ ఊరి వాళ్ళకు బలవంతంగా చదువు చెప్పించే ఏర్పాట్లు చేయించాడు.

37. ఇంటి మర్యాద

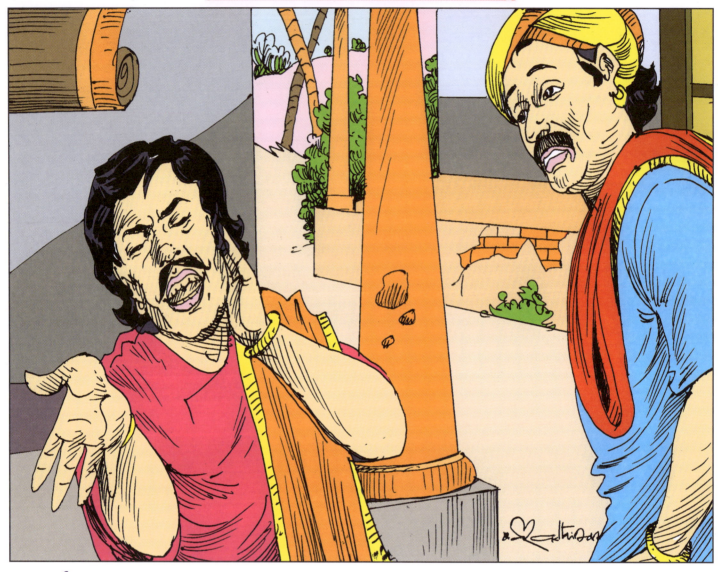

సుశాంతుడికి తను మంచి పాటగాడినని అనుమానం. అతడు ఒకరోజున దారిన పోతున్న దానయ్యను ఆపి, ఒక పాట పాడి వినిపించి, "పాట ఎలా ఉన్నదయ్యా?" అని అడిగాడు.

"తమరి ముక్కు చాలా బాగున్నదండి!" అన్నాడు దానయ్య.

"పాట గురించి అడిగితే, ముక్కు గురించి చెబుతావేమిటయ్యా?" అన్నాడు సుశాంతుడు ఆశ్చర్యంగా.

"అది, మా ఇంటి మర్యాదండి" అన్నాడు దానయ్య.

"ఇదేం మర్యాద! పాట ఎలా వున్నదని అడిగితే, ముక్కు బావున్నదని చెప్పడంలో మర్యాద వున్నదా?" అని అడిగాడు సుశాంతుడు రవ్వంత కోపంగా.

"ఎదుటివాళ్ళు దేని గురించి అయినా అభిప్రాయం అడిగారనుకోండి. అది మనకు నచ్చకపోతే ఆ మాట చెప్పడానికి బదులు వారిలో మీకు నచ్చిన అంశం చెప్పిపోవడం మర్యాద అని మా తాత, మా నాన్నకూ, మా నాన్న నాకూ చెప్పారు" అని వెళ్ళిపోయాడు దానయ్య.

చందమామ 108 కథలు-1

38. కోపం మార్చిన రూపం

ఒక చిత్రకారుడు జమీందారును చూడబోయాడు. ఆ సమయంలో ఆయన చాలా కోపంగా వున్నాడు. చిత్రకారుడు చెప్పే ఒక్క మాట కూడా వినకుండా ఆయన అతణ్ణి నానామాటలూ అని పంపేశాడు.

కొంతకాలం ఆగి, జమీందారు సభ తీరివున్నప్పుడు చిత్రకారుడు ఆయనను మళ్ళీ కలుసుకుని, ఒక చిత్రపటాన్ని ఆయనకు అందించి, "తమరి బొమ్మ గీశాను, మంచి బహుమతి యిప్పించాలి!" అన్నాడు.

జమీందారు కోపంగా ఆ బొమ్మను సభికులవైపు విసిరికొట్టి "ఇదా! నా బొమ్మ" అంటూ గట్టిగా కేకలు పెట్టాడు.

"చిత్తం! తొలిసారి దర్శనం చేసుకున్నప్పుడు కూడా తమరిలా కోపంగానే ఉన్నారండి" అన్నాడు చిత్రకారుడు.

ఆ సమయంలో జమీందారు పక్కన స్థంభానికి అమర్చబడిన అద్దంలో తన ప్రతిబింబం చూసుకుని ఉలిక్కి పడ్డాడు. అది చిత్రకారుడు గీసిన తన బొమ్మలాగే ఉన్నది!

సభికులు జమీందారు చిత్రపటాన్ని చూసి ఆశ్చర్యపడ్డారు. అప్పుడు సభలో ఎలా వున్నాడో, బొమ్మలో కూడా అలాగే ఉన్నాడు. కోపం తన రూపాన్నెలా మారుస్తుందో తెలియజేసిన చిత్రకారుడిని జమీందారు ఘనంగా సన్మానించాడు.

తర్వాత ఆయనెన్నడూ ఎవరిమీదా కోపగించుకోలేదు.

39. మందబుద్ధి

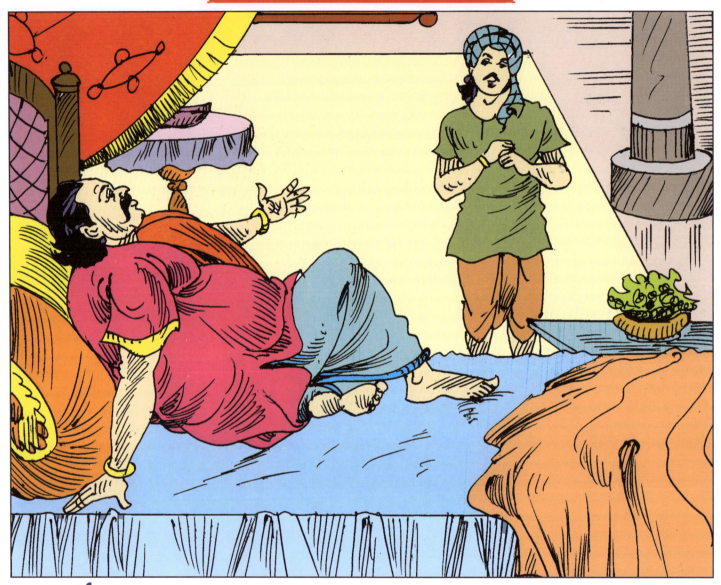

వరాలయ్యకు పనివాడు లేనిదే క్షణం గడవదు. ఆయనది భారీ శరీరం. చేతిలోంచి ఏదైనా జారిపడితే వంగి దాన్ని తీసుకునేందుకు నానా శ్రమా పడేవాడు. ఆయన బాగా డబ్బు గలవాడు కాబట్టి ఎప్పుడూ తన వెంట ఉండడానికి పనివాణ్ణి పెట్టుకోగలడు.

అయితే, భారీ శరీరం, డబ్బుతో పాటు ఆయనకు కోపం కూడా చాలా ఎక్కువ. అందువల్ల ఎవ్వరూ ఆయన వద్ద నెలకు మించి పనిచేయలేక పోయేవారు. ఆ నెలరోజులైనా ఎందుకంటే జీతం కోసం! మొదటినెల జీతం యిలా చేతికి అందగానే అలా పనిమానేసేవాళ్ళు చాలామంది.

దీనితో వరాలయ్య విసిగిపోయి ఎవరైనా తన వద్ద ఆరునెలలు నాగా పెట్టకుండా పనిచేస్తేనే ఆరునెలల జీతం ఒక్కసారిగా యిస్తానన్నాడు.

ఆ తరువాత ఆయనకు పనివాళ్ళు దొరకడం మరింత కష్టమయింది. ఆ పరిస్థితుల్లో మందబుద్ధి వరాలయ్య దగ్గర పనికి కుదిరాడు.

మందబుద్ధికి నా అన్నవాళ్ళెవరూ లేరు. వాడి బుర్రలో తెలివి అంటూ లేనేలేదు. వాడికి దేనికీ కోపం రాదు. వరాలయ్య ఏం చెప్పినా వెంటనే అక్షరాలా అదేవిధంగా పనిచేసేవాడు. చాలాకాలానికి వరాలయ్యకు నచ్చిన పనివాడు దొరికాడు.

ఒకనాటి రాత్రి వరాలయ్య పడకగదిలో పడుకుని వుండగా ఆయనకు సదవాలోని దీపం ఆర్పలేదేమో అన్న అనుమానం కలిగింది. వెంటనే ఆయన మందబుద్ధికి దీపం ఆర్పి రమ్మని చెప్పాడు. మందబుద్ధి సదవాలోకి వెళ్ళాడు. అంతవరకూ వెలుగుతున్న దీపం వాడి దురదృష్టం కొద్దీ గాలికి అప్పుడే ఆరిపోయింది. వరాలయ్య తనను దీపం ఆర్పమని చెప్పాడు. ఆయన మాట అక్షరాలా పాటించవలసిందే కదా! ఇలా అనుకుని మందబుద్ధి పొరుగింటికి వెళ్ళి అగ్గిపెట్టె అడిగాడు.

"మీ ఇంట్లో లేదా?" అని అడిగాడు పొరుగువాడు.

"ఉన్నది. కానీ ఎక్కడున్నదో చీకట్లో కనిపించడం లేదు" అన్నాడు మందబుద్ధి.

"మా ఇంట్లో వున్నది ఒక్కటే అగ్గిపెట్టె. ఏ రాత్రివేళ అవసరం కలుగుతుందో! నీతో వస్తా పద" అంటూ పొరుగు వాడు వరాలయ్య ఇంటికి వచ్చాడు.

మందబుద్ధి దీపం వెలిగించి, వెంటనే ఆర్పివేసి అగ్గి పెట్టెను పొరుగువాడికిస్తూ "ఇక నువ్వు వెళ్ళవచ్చు" అన్నాడు.

పొరుగువాడు ఆశ్చర్యపోతూ, "ఈమాత్రం దానికి దీపం వెలిగించడం ఎందుకు?" అన్నాడు.

"నా యజమాని నన్ను దీపం ఆర్పమన్నాడు. నేను ఆర్పేలోగానే అది ఆరిపోయింది. అందుకని మళ్ళీ వెలిగించి ఆర్పాను" అన్నాడు మందబుద్ధి.

ఆ జవాబుకు పొరుగువాడు నవ్వుకుని వరాలయ్య వద్దకు వెళ్ళి జరిగింది చెప్పి, "నీ పనివాడు చెప్పింది చెప్పినట్టు చెయ్యడమే గానీ తన సొంతంగా తాను ఆలోచించడం తెలియని పరమ మూర్ఖుడు. వీడికి తెలివితేటలు నేర్పకపోతే ఏదో ఒకనాడు నీకు చాలా పెద్ద ప్రమాదమే ఎదురవుతుంది" అని వరాలయ్యకు రెండు పంచతంత్రం కథలు చెప్పాడు.

అవి వింటూనే వరాలయ్య భయపడ్డాడు. అయితే, మందబుద్ధి వంటి వినయగుణం కలవాణ్ణి వదులుకోవడం ఆయనకిష్టం లేదు. ఆయన బాగా ఆలోచించి మర్నాడే ఆ ఊరి బడిపంతుల్ని పిలిచి రోజూ మందబుద్ధికి చదువు చెప్ప మన్నాడు.

పంతులు చాలా మంచివాడు. ఆయన రోజూ వచ్చి మందబుద్ధికి శ్రద్ధగా చదువు చెప్పేవాడు. వాడికి ఏ విషయం

ఎలా చెబితే అర్థమవుతుందో గమనించి అలాగే బోధ చేసేవాడు. నెలరోజుల్లోనే మందబుద్ధికి బుద్ధి వికసించసాగింది.

మందబుద్ధిలో వచ్చిన మార్పుకు సంతోషించిన బడి పంతులు వరాలయ్యతో "వాడికి చెప్పవలసిన తీరులో చదువు చెప్పేందుకు ఎవ్వరూ ప్రయత్నించలేదు. ఆహా! వాడు చాలా చురుకైనవాడు, తెలివైనవాడు!" అని మందబుద్ధిని మెచ్చు కున్నాడు.

వరాలయ్య, మందబుద్ధి తెలివితేటల్ని పరీక్షించి వాడిలో నిజంగానే మార్పు వచ్చిందని గ్రహించాడు. ఆయన బడి పంతులుకు మంచి బహుమానం ఇచ్చి పంపాడు.

ఆ మర్నాటి నుంచీ మందబుద్ధి వరాలయ్య చెప్పిన పనులు చెప్పినట్టు చేయడం మానేశాడు.

ప్రతి పనికీ మంచి చెడ్డలు ఆలోచించి ఈ పనిచేయడం చెరుపు; ఫలాని పనిచేయడం వల్ల మేలు కలుగుతుంది అంటూ వరాలయ్యకు వివరించసాగాడు.

వరాలయ్య పరిస్థితి మళ్ళీ మొదటికి వచ్చింది. ఆయనకు అసలే కోపం ఎక్కువ.

"చిన్న చిన్న పనుల్లో నీ తెలివితేటలు ఉపయోగించు, కాదనను. కానీ మిగతా విషయాల్లో మాత్రం నే చెప్పినట్టు వినాలి! తెలిసిందా?" అన్నాడు వరాలయ్య మందబుద్ధితో.

"అదేంమాట! మీరు తప్పు చేస్తూంటే చూస్తూ ఊరుకోలేను. అది తప్పు అని చెప్పి తీరుతాను. మీ మంచికోసమే!" అన్నాడు మందబుద్ధి.

"అయితే, నిన్ను పనిలో నుంచి తీసేశాను. తక్షణం యిక్కణ్ణించి కదులు" అన్నాడు వరాలయ్య కోపంగా. "నాకు మీ దగ్గరే బాగుంది. ఇంకెక్కడికీ వెళ్ళను" అన్నాడు మందబుద్ధి.

ఇద్దరూ గ్రామ న్యాయాధికారి దగ్గరకు వెళ్ళి జరిగింది చెప్పారు. సాంతం విన్న న్యాయాధికారి మందబుద్ధితో, "మందబుద్ధీ! నీకు వరాలయ్య ఎంతో మేలు చేశాడు. తన ఖర్చుతో నీకు తెలివితేటలు అబ్బేలా చేశాడు. అందుకు ఆయనకు నువ్వెంతో ఋణపడి వున్నావు" అన్నాడు.

దానికి మందబుద్ధి, "అయ్యా, ఆయన నాకు చదువు చెప్పించి, బుద్ధి వికసించేలా చేశాడు. అందువల్ల జరిగిన మేలేమిటి? ఆ బుద్ధి ఆయనకే పనికిరాక నన్ను ఉద్యోగంలో నుంచి తీసివేస్తానంటున్నాడు. ఇక్కడ నాకు ఉద్యోగం పోతే మరెవరు నన్ను పనిలో పెట్టుకుంటారు?" అన్నాడు.

"వరాలయ్య చెప్పినట్టు వింటే, ఏ గొడవా ఉండదు కదా?" అన్నాడు న్యాయాధికారి.

"కాస్త తెలివంటూ వున్నావాడెవడూ ఆయన మాట వినడు. నేనక్షరాలా ఆయన చెప్పినట్టు చేయాలంటే మళ్లీ నన్ను మందబుద్ధిని చేయమనండి" అన్నాడు మందబుద్ధి.

వరాలయ్య పట్టరాని కోపంతో చిందులు తొక్కుతూ, "ఒరే! నీకు తెలివితేటలు నేర్పిన పంతుల్ని పిలిపించి నిన్ను తిరిగి మందబుద్ధిగా మార్చమంటాను" అన్నాడు.

మందబుద్ధి, న్యాయాధికారితో "అయ్యా! విన్నారా! ఇప్పుడా పంతులు నాకు నేర్పిన తెలివితేటల్ని ఎలా తీసుకోగలడు? ఈయన యిలాంటి పనులే చెబుతూంటాడు" అన్నాడు.

న్యాయాధికారి వెంటనే, "వరాలయ్యా! నీ పనివాడు నీకు పనులు చేసేందుకే కాక, సలహాలిచ్చేందుకు కూడా అవసరం.

వాణ్ణి నువ్వు పనిలోనుంచి తీసెయ్యడానికి వీల్లేదు. అలా చేయదలిస్తే వాడికి మరెక్కడైనా ఉద్యోగం చూపించు" అన్నాడు.

ఆ మాటలతో వరాలయ్య నీరసపడిపోయి దిక్కులు చూడసాగాడు.

అప్పుడు న్యాయాధికారి చిన్నగా నవ్వి, "వరాలయ్యా మరీ అంతగా దిగాలుపడిపోకు. మంచి తెలివితేటలూ, చురుకుదనమూ, అణకువా వున్న వీణ్ణి మందబుద్ధిగా నటించమని నీ దగ్గరకు పంపినవాణ్ణి నేనే! గ్రామంలో మోతుబరివి. ఒక్క మితిమీరిన కోపం తప్ప అన్నిటా మంచివాడివి. పనివాళ్ళ విషయంలో నానా గొడవా పడిపోతున్న నీకు మంచి పనివాణ్ణి కుదిర్చిపెట్టే బాధ్యత నాపైన వేసుకున్నాను" అన్నాడు.

"అలాగా, చెప్పరేం మరి!" అని, వరాలయ్య తల తిప్పి మందబుద్ధికేసి చూస్తూ, "మందబుద్ధిలా ఎంత చక్కగా నాటకం ఆడావురా! జరిగిందానికేం గాని, నాలాంటివాడు నీకు యజమానిగా, నీ అంత తెలివిమంతుడు నాకు పనివాడుగా దొరకడం ఇద్దరి అదృష్టం. ఇక, ఇంటికి పోదాం పద!" అన్నాడు.

40. పది సంవత్సరాల జబ్బు

శృంగవరం గ్రామంలో వున్న ఒకే ఒక దుకాణం శేషయ్యది. అతడి దుకాణంలో అన్ని సరుకులూ దొరుకుతాయి. ప్రజల అవసరాన్ని గమనించి శేషయ్య సరుకుల్లో బాగా కల్తీ చేస్తుంటాడు.

ఆ సంగతి తెలిసి కూడా ప్రజలు నోరెత్తకుండా వాటిని కొనుక్కోవలసిందే. కారణం, ఊరికి అదొక్కటే దుకాణం. పైగా శేషయ్యకు కోపం ఎక్కువ.

ఒకరోజున ఆ ఊరుకు ఒక పరదేశీ వచ్చాడు. శేషయ్య దుకాణంలో సరుకులు కల్తీవై వుండడం గమనించి అతను శేషయ్యను "ఈ ఊళ్ళో పరిశుభ్రమైన వెచ్చాలే దొరకవా?" అని అడిగాడు.

"శుభ్రం గురించి గొప్పగా మాట్లాడుతున్నావు! అసలు నువ్వెలా వున్నావో, నీకు తెలుసా? నీ శరీరం, బట్టలూ మురికి ఓడుతున్నాయి. అసలు నీ చెయ్యి తగలడం వల్లనే నా సరుకులు మురికి అయిపోయాయి.

నేను కాబట్టి నిన్ను దయతలచి వదలిపెడుతున్నాను. పక్క గ్రామంలో వున్న మా అల్లుడి దగ్గర ఇలా మాట్లాడితే నిన్ను పులుసులోకి ఎముక లేకుండా తన్ని పంపగలడు" అన్నాడు. ఈ మాటలకు పరదేశీకి వచ్చిన కోపం అంతా ఇంతా కాదు. అతను శేషయ్యతో "నన్ను గురించి ఇంత దూషణగా మాట్లాడుతున్నావా! నేనీ దేశాన్నేలే విజయభాస్కర మహారాజు గారి మంత్రి రామభూషణుణ్ణనీ, మారువేషంలో ఇలా వచ్చాననీ తెలిస్తే నీవిలా మాట్లాడగలవా?" అన్నాడు.

ఆ వెంటనే శేషయ్య పెద్దగా కేకపెట్టి ఉన్నచోటనే స్పృహతప్పి పడిపోయాడు.

పరదేశీ అక్కడ నిలబడకుండా తిన్నగా గ్రామాధికారి ఇంటికి వెళ్ళి తానెవరో చెప్పి "నిన్నీ గ్రామానికి అధికారిగా వుంచినదెందుకు? గ్రామంలో ఎలాంటి అన్యాయాలూ జరగకుండా చూస్తావనే గదా. దుకాణందారు శేషయ్య దురాగతాలు నేను కళ్ళారా చూశాను. కల్తీ సరుకులు అమ్ముతున్నందుకు వాడినీ, వాడి నేరాన్ని చూస్తూ వున్నందుకు నిన్నూ ఇప్పుడు కఠినంగా శిక్షించబోతున్నాను" అన్నాడు.

గ్రామాధికారి తొట్రుపడకుండా అంతా విని మంత్రితో, "మహాప్రభూ! కల్తీ సరుకులు అమ్మడం శేషయ్య తప్పుకాదు. అతడు తనకు తానై కల్తీ చేయడం లేదు.

తను కొన్న సరుకులనే అందరికీ అమ్ముతున్నాడు. అసలు పండించే రైతులే సరుకులు కల్తీ చేసి అమ్ముతున్నారు. అందువల్లనే శేషయ్య కల్తీ సరుకులు అమ్ముతున్నా నేనేం చెయ్యలేదు. కానీ అతడు మహామంత్రులైన మిమ్మల్నే దుర్భాషలాడడం క్షమించరాని నేరం. బహుశా తమరెవరో తెలిసి వుండదు. అది తెలియక చేసిన నేరం!" అన్నాడు.

ఆ మాటలతో మంత్రి కొంచెం శాంతించి "కల్తీ విషయంలో నువ్వు చెప్పింది నిజమే కావచ్చు. కాని, అతడు ప్రజలతో శాంతంగా మాట్లాడడం నేర్చుకోవాలి. నేను మంత్రినని తెలిసినా, తెలియకపోయినా మర్యాద ఇవ్వాలి" అన్నాడు.

ఈలోగా గ్రామాధికారి కబురు పంపగా శేషయ్య అక్కడికి వచ్చి మంత్రిని చూస్తూనే ఆయన కాళ్ళ మీద పడి "తమరెవరో ఎరుగక తప్పు చేశాను. నా తప్పును మన్నించకండి. నాకు కొరడా దెబ్బలు శిక్షగా విధించండి" అన్నాడు.

శేషయ్య వినయానికి మంత్రి సంతోషించి, "నన్ను తిట్టినందుకు కోపం లేదు, క్షమించాను. కానీ, నీ దుకాణానికి వచ్చే ప్రజలకు నువ్వు మర్యాదనివ్వడం లేదు. ఆ తప్పును మాత్రం నేను క్షమించను. ప్రజలే నిన్ను క్షమించాలి! సాయంత్రం గ్రామప్రజల ఎదుట నిన్ను విచారిస్తాను. ఇక వెళ్ళు" అన్నాడు.

శేషయ్య అక్కడి నుంచి కదిలిపోయి ఈ గండం నుంచి బయటపడటం ఎలాగా అని తీవ్రంగా ఆలోచించసాగాడు. గ్రామంలో అతడంటే చాలామందికి మనసులో చెప్పలేనంత కోపంగా వున్నది. మంత్రి వాళ్ళముందు విచారణ జరిపితే తనకు కఠినశిక్ష తప్పదు.

సాయంత్రంలోగా శేషయ్య ఊరంతా తిరిగి తనకు వచ్చిన కష్టం అందరికీ చెప్పుకుని తనను కాపాడవలసిందిగా కోరాడు.

అందుకు ప్రతిఫలంగా కొందరికి చిల్లర బాకీలు రద్దు చేశాడు. మరికొందరికి చౌకగా సరుకులిస్తానన్నాడు.

చాలామంది అతడి మీద జాలిపడి సాయం చేస్తామన్నారు. ఊరంతకూ శేషయ్యదొక్కటే దుకాణం కావడం వల్ల

అతడికేమైనా కఠినమైన శిక్షపడితే మరొక దుకాణం వాడు వచ్చేవరకూ ఇబ్బంది పడవలసి వస్తుందని కొందరికి భయం కలిగింది.

ఆ సాయంత్రం ప్రజలందరి ముందు శేషయ్య ఇలా అన్నాడు : "నేనెంతో మర్యాదస్థుడిని, శాంతస్వభావుడిని. ఎవరినీ దేనికీ విసుక్కోను. నిన్నటినుంచీ నాకు ఆరోగ్యం బాగా లేదు. ఆరోగ్యం బాగుండనప్పుడే నేను కోపంగా వుంటాను. ఈ విషయం ఊరంతా తెలుసు" అన్నాడు.

అక్కడ చేరిన ప్రజలందరూ శేషయ్య చెప్పింది నిజమన్నారు. దానితో మంత్రి సంతృప్తి పడి ఏదో అనబోతున్నంతలో జనం మధ్య నుంచి శేషయ్య పనిమనిషి పరుగున వచ్చి అతడి కాళ్ళ మీద పడ్డాడు.

"దొరా! తమరు రోజూ నన్ను అయినదానికీ, కానిదానికీ తిడుతూంటే అది చెడ్డ స్వభావం అనుకుని పొరబడ్డాను. ఒక్కొక్కసారి కోపం కొద్దీ తమ బుర్రను బద్దలు కొట్టాలనుకునే వాణ్ణి. మీరు తరచూ నన్ను తిట్టడానికి కారణం, మీ అనారోగ్యమని ఇప్పుడే తెలిసింది. నా తప్పులు క్షమించండి" అన్నాడు.

శేషయ్య వాడిని లేవనెత్తి, "తప్పులు ఎవరైనా చేస్తారు, నేను నిన్ను క్షమించాను!" అన్నాడు ఆప్యాయంగా.

పనివాడు ఈసారి మంత్రి కాళ్ళ మీద పడిపోయాడు. మంత్రి వాణ్ణి లేవనెత్తి, "నీ యజమానిని శిక్షించడం లేదని నువ్వు, నా బుర్ర కూడా బద్దలు కొట్టాలనుకున్నావా?" అని అడిగాడు.

పనివాడు బిక్కముఖం పెట్టి "లేదు దొరా! నా యజమాని ఆరోగ్యం బాగోనప్పుడే కోపంగా వుంటాడని తెలిసిపోయింది గదా. నేను వారి దగ్గర పదిసంవత్సరాలుగా పనిచేస్తున్నాను. ప్రతిరోజూ ఆయన నా మీద కోపంతో మండిపడుతూండేవాడు. అంటే, ఆయన పది సంవత్సరాలుగా ఏదో జబ్బుతో బాధపడుతున్నాడన్నమాట! ఏ జబ్బయినా ముదరడం ప్రమాదం. తమరు వెంటనే నా యజమానికి తగిన వైద్యం చేయించండి" అన్నాడు.

పనివాడు చెప్పిన మాటల ద్వారా మంత్రికి శేషయ్య నిజస్వరూపం తెలిసిపోయింది. ఆయన పనివాడి కేసి చిరునవ్వుతో చూస్తూ, "నీ యజమాని జబ్బుకు వైద్యుడెందుకు నేనే మందు వేశాను. ఆ మందు పనిచేసిందీ, లేనిదీ నీనుంచే తెలుసుకుంటాను" అన్నాడు.

తర్వాత మంత్రి, శేషయ్య కల్తీ సరుకులు అమ్మరాదనీ, ఒకవేళ తాను కొన్న సరుకుల్లో కల్తీ వుంటే బాగుచేసి మరీ అమ్మాలనీ గట్టిగా చెప్పాడు.

ఇకముందు శేషయ్య ప్రవర్తన ఎలా వుంటుందో తెలుసుకునేందుకు నెలకొకసారి తన మనుషుల్ని అతడి పనివాడి దగ్గరకు పంపుతానన్నాడు.

మంత్రి వెళ్ళిపోయాక శేషయ్యలో గొప్ప మార్పు వచ్చింది. తన యజమానిని పది సంవత్సరాల నుంచీ పీడిస్తున్న జబ్బును మంత్రి ఒక్క రోజులో కుదిర్చాడని శేషయ్య పనివాడు తనకు తెలిసిన అందరికీ ఆశ్చర్యంగా చెబుతూండేవాడు.

41. రాజమ్మ పొదుపు

రాజమ్మకు పొదుపు ఎక్కువ. ముఖ్యంగా వండిన పదార్థాలేవీ అవతల పారవేయడం ఆమె కిష్టముండదు. ఒకరోజున ఆమె పక్కింటి కైలాసం కుటుంబాన్ని భోజనానికి పిలిచింది. కైలాసం తిండిపుష్టి కలవాడు. అందుకని రాజమ్మ వంటకాలన్నీ కాస్త ఎక్కువగా వండింది.

అయితే, ఆరోజు కైలాసం ఆరోగ్యం అంత బాగా లేదు. ఆ కారణంగా ఆయన అట్టే తినలేకపోయాడు. పదార్థాలు చాలా మిగిలిపోయాయి. అతిథులు వెళ్ళిపోయాక, "ఇవన్నీ ఏం చేసుకుంటాం? చాలా మిగిలిపోయాయి" అంటూ రాజమ్మ భర్త సీతయ్య కలవరపడ్డాడు.

"ఆ సంగతి నే చూస్తాలే" అన్నది రాజమ్మ.

భార్య పొదుపు గురించి బాగా తెలిసిన సీతయ్యకు, భార్య వాటిని తనచేత తినిపిస్తుందన్న అనుమానం కలిగింది. ఆయన మర్నాడు మొహం కడుక్కోగానే కడుపు చేత్తో పట్టుకుని

మెలికలు తిరిగిపోసాగాడు. ఏం జరిగిం దంటూ భార్య దగ్గరకు రాగానే కడుపులో పోట్లు వస్తున్నాయన్నాడు.

రాజమ్మ వైద్యుడికి కబురు పంపింది. వైద్యుడు వచ్చి సీతయ్యను పరీక్షించి, "రాత్రి ఏం తిన్నావేమిటి?" అని అడిగాడు. సీతయ్య చెప్పాడు.

"ఈమాత్రం దానికే కడుపులో పోట్లు రాకూడదే! సరే, ఇంటికి వెళ్ళి మందు పంపిస్తాను. ఈ రోజుకు భోజనం మానే సెయ్యి" అన్నాడు వైద్యుడు.

రాజమ్మ వైద్యుడి కోసం పళ్ళెంలో ఫలహారం తీసుకు వచ్చింది. దాన్ని చూసి ఆయన కంగారుగా లేచి నిలబడి "చూడమ్మా, ఈరోజు నేను ఉపవాసం. మరేం అనుకోకు" అని వెళ్ళిపోయాడు.

"ఆయన ఉపవాసం, మీకు ఒంట్లో బాగోలేదు! ఈ పదార్థాలన్నీ చెల్లుబడి అయ్యేదెలాగా?" అన్నది రాజమ్మ దిగులుగా.

"ఆకలితో వున్నవాళ్ళనెవరినైనా పిలిచి, భోజనం పెట్టు. ఆకలి రుచి ఎరగ దంటారు. నీకు పుణ్యం కూడా వస్తుంది" అన్నాడు సీతయ్య.

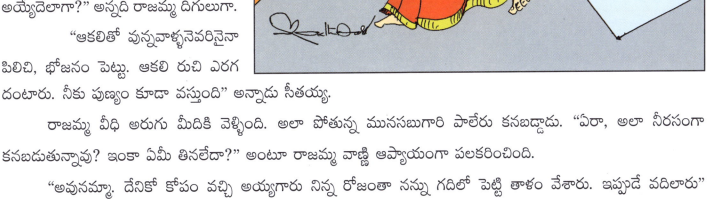

రాజమ్మ వీధి అరుగు మీదికి వెళ్ళింది. అలా పోతున్న మునసబుగారి పాలేరు కనబడ్డాడు. "ఏరా, అలా నీరసంగా కనబడుతున్నావు? ఇంకా ఏమీ తినలేదా?" అంటూ రాజమ్మ వాణ్ణి ఆప్యాయంగా పలకరించింది.

"అవునమ్మా. దేనికో కోపం వచ్చి అయ్యగారు నిన్న రోజంతా నన్ను గదిలో పెట్టి తాళం వేశారు. ఇప్పుడే వదిలారు" అన్నాడు పాలేరు.

"అయ్యో పాపం మా ఇంట్లో పిండివంటలతో భోజనం సిద్ధంగా వుంది. భోంచేసి వెళుదువు గాని పద" అన్నది రాజమ్మ.

రాజమ్మ మండువాలో విస్తరి వేసి, ఒక్కొక్క పదార్థమే వడ్డించసాగేసరికి పాలేరు కంగారుగా లేచి, "చూడండమ్మగారు! మా ఇంట్లో వాళ్ళంతా నేనేమయ్యానో అని వెయ్యికళ్ళతో ఎదురు చూస్తుంటారు. మరెప్పుడైనా యింత తిండి పెడుదురుగాని" అంటూ వీధిలోకి వెళ్ళిపోయాడు.

"అదేమిటి, వాడు అలా వెళ్ళిపోయాడు?" అన్నది రాజమ్మ సీతయ్యతో.

"నువ్వు వడ్డించినవన్నీ, నిన్నటివని పసిగట్టాడేమో!" అన్నాడు సీతయ్య.

"అయితేనేం, ఆకలి రుచి ఎరగదుగా!" అన్నది రాజమ్మ.

"ఆకలికి రుచి తెలియకపోవచ్చు. కానీ, వాసన తెలుస్తుంది! వాడేం ముష్టివాడు కాదు గదా!" అన్నాడు సీతయ్య.

భర్త అలా అనగానే రాజమ్మ వీధి వాకిలి దగ్గరకు వెళ్ళింది. ఒక ముష్టివాడు అటుగా వస్తూ, "నాలుగు రోజుల్నించీ తిండిలేదు. పిడికెడు మెతుకులు పెట్టించమ్మా!" అన్నాడు.

"పిడికెడేం ఖర్మ. కడుపునిండా తిందువు గాని, లోపలికి రా" అన్నది రాజమ్మ.

ఈసారి ఆమె మొత్తం పదార్థాలన్నీ విస్తట్లో పెట్టి తీసుకువచ్చి ముష్టివాడి ముందు పెట్టింది. వాటి వాసన తగలగానే వాడు ఒకసారి రాజమ్మకేసి తలతిప్పి బిర్రబిగుసుకు పోయాడు. రాజమ్మ కంగారుపడుతూ పోయి భర్తకు చెప్పింది. సీతయ్య వాడు చచ్చిపోయివుంటాడనుకుని పక్క వీధిలో వున్న పురోహితుడి ఇంటికి వెళ్ళి జరిగిన సంగతి చెప్పాడు.

"దాందేముంది, అనాథ ప్రేతానికి దహన సంస్కారం చేయిస్తే ఎంతో పుణ్యం. నువ్విది చేయించు. ఇంట్లో వండిన పదార్థాలన్నీ నాకు దానం చెయ్యి" అన్నాడు పురోహితుడు.

ఆయన సీతయ్య వెంట వచ్చి, ముష్టివాణ్ణి చూస్తూ, "శవం అప్పుడే వాసన కొడుతున్నదే!" అన్నాడు.

"అది శవం వాసన కాదండీ. వాడి ముందు వడ్డించిన పదార్థాలు నిన్నటివి!" అన్నాడు సీతయ్య.

పురోహితుడు ఉలిక్కిపడి, "ఇది అనాథప్రేత సంస్కారం కదా. ఇలాంటి దానికి నేను దానం పట్టకూడదు. అంతేకాదు, వీడు ఆకలితో ఆక్రోశిస్తూ చనిపోయాడు. అందువల్ల ఇంట్లో వున్న వండిన పదార్థాలన్నీ శవంతోపాటు చితిలో వేస్తే వీడి ఆత్మ శాంతిస్తుంది!" అన్నాడు.

సీతయ్య సంతోషంగా, "ముందు చితిలో వండిన పదార్థాలన్నీ వేసి, తరువాత వీణ్ణి వేస్తే సరిపోతుంది గదా?" అన్నాడు. ఆ వెంటనే ముష్టివాడు లేచి కూర్చుని "వాటిని ముందే నిప్పుల్లో వేస్తే నన్ను నిప్పుల్లో వేసే పనే లేదు" అంటూ వీధిలోకి పరుగెత్తాడు. జరిగిందేమిటో అర్థం చేసుకోవడానికి పురోహితుడికి కొద్దిసేపు పట్టింది. ఇంటికి పిలిచి అన్నం పెట్టిన ఇల్లాలిని కాదనలేకా, ఆమె పెట్టిన భోజనం తినాలేకా బిచ్చగాడు చచ్చినట్టు పడుకుని, చితి మాట వినగానే లేచి పారిపోయాడు.

పురోహితుడూ, సీతయ్య పెద్దగా నవ్వసాగారు. రాజమ్మకు చచ్చేటంత అవమానమైపోయింది.

ఆమె కోపంగా, "నేనేమన్నా నా కోసమని పొదుపు చేస్తున్నానా? నేను ఆదా చేస్తే, నీకే డబ్బు మిగులుతుంది. నీకంత వేళాకోళంగా వుంటే, ఇప్పుడే ఆ పని చేస్తాను" అంటూ భర్తకేసి కోపంగా చూసి లోపలికి పోయి వంటకాలన్నీ నిప్పుల్లో వేసి వచ్చింది.

"నా కడుపులో పోట్లు తగ్గిపోయాయి. ఆకలేస్తున్నది. త్వరగా అన్నం వండు" అన్నాడు సీతయ్య.

"అయితే మీ జబ్బు కూడా దొంగజబ్బే నన్నమాట!" అని రాజమ్మ విసుక్కున్నది. భార్యాభర్తల గొడవ మధ్య తనెందుకని పురోహితుడు మెల్లగా అక్కణ్ణించి జారుకున్నాడు.

ఆ సమయంలో వైద్యుడు హడావిడిగా ఇంట్లోకి వస్తూనే, "సీతయ్యా! మందు పంపడానికి ఎవరూ దొరకలేదు. నేనే వచ్చాను. ఆలస్యానికి ఏమీ అనుకోకు" అన్నాడు.

"ఎందుకూ? వారిదంతా దొంగ జబ్బు!" అని రాజమ్మ వైద్యుడికి జరిగిందంతా చెప్పింది.

"అయితే, యింకేం! ఆ పదార్థాలన్నీ నిప్పులో వేశావు గనక నేనూ ఉపవాసం మానేశాను. నాకూ విస్తరి వెయ్యి" అన్నాడు వైద్యుడు.

"అందరికీ అందరే!" అని రాజమ్మ విసుక్కుంటూ వంటగదిలోకి వెళ్ళింది. ఆనాటినుంచీ ఆమె వండిన పదార్థాలేమైనా మిగిలిపోతూంటే వాటిని అప్పటికప్పుడే ఎవరికైనా యివ్వడం అలవాటు చేసుకున్నది.

42. రాజు తెలివి

అరుణగిరి నగరాన్ని పాలించే ప్రతాపసేన మహారాజుకు ఉన్నట్టుండి ఏదో తెలియని జబ్బు చేసి మాట పడిపోయింది. ఆ కారణం వల్ల యువరాజు ప్రసేనుడు అర్ధాంతరంగా రాజు కావలసి వచ్చింది. ప్రసేనుడికి లోకజ్ఞానం శూన్యం. అయితే, మంత్రి బాదరాయణుడు ఎంతో తెలివైనవాడు. ఆయన సలహాలు, సూచనలూ పాటిస్తూ ప్రసేనుడు అద్భుతంగా రాజ్య పాలన నిర్వహిస్తూ తండ్రి కంటే ఎక్కువ పేరు తెచ్చుకున్నాడు.

ఈలోగా మహారాజు ప్రతాపసేనుడి వ్యాధి నయమైపోయింది. కుమారుడు ఎంతో చక్కగా రాజ్యపాలన చేయడం గమనించి, ఆయన మరికొంతకాలం విశ్రాంతి తీసుకోదలిచాడు. అంతా సక్రమంగా జరిగిపోతున్న సమయంలో దురదృష్టవశాత్తూ మంత్రి బాదరాయణుడు మరణించాడు. మంత్రి లేనిదే తనకు ఒక్క క్షణం కూడా గడవదని తెలిసిన ప్రసేనుడు వెంటనే కొత్తమంత్రిని ఎన్నుకునేందుకు సిద్ధపడ్డాడు.

ప్రతాపసేనుడు మంత్రి ఎన్నికలో కుమారుడికి సాయపడాలనుకున్నాడు. కానీ, ప్రసేనుడు తండ్రితో, "మంత్రి లేనిదే రాజ్యపాలన చేసే తెలివి నాకు లేదు. కానీ, నాకు కావలసిన మంత్రిని ఎన్నుకునే తెలివి మాత్రం నాకున్నది!" అన్నాడు.

"మంత్రి పదవి కోరి వచ్చినవాళ్ళకు, నీవు పెట్టబోయే పరీక్ష ఎలా వుంటుందో చూస్తాను" అని పరీక్షా సమయంలో కొడుకు పక్కన కూర్చున్నాడు ప్రతాపసేనుడు.

మంత్రి కావాలని వచ్చిన ప్రతి ఒక్కరూ తన దగ్గరకు రాగానే ప్రసేనుడు, అతణ్ణి "రెండయిదులెంత?" అని అడుగుతున్నాడు. వాడు పది అని చెప్పగానే బయటకు పంపేస్తున్నాడు. కొడుకు వేస్తున్న ప్రశ్నలో ఏదో కీలకమున్నదని ప్రతాపసేనుడు భావించాడు. చనిపోయిన మంత్రి బాదరాయణుడికి సౌగంధరాయణుడనే కొడుకున్నాడు. తెలివితేటల్లో అతడు తండ్రిని మించినవాడు. ప్రసేనుడు మూర్ఖుడని అతనికి తెలుసు. ఆయన ఎలాంటి ప్రశ్న వేస్తాడో ముందుగానే తెలుసుకునేందుకు సౌగంధరాయణుడు తన సేవకుడిని పంపాడు.

ఈ విధంగా అతని ప్రశ్న ఏమిటో తెలిసిపోయింది. అప్పుడు సౌగంధరాయణుడు ప్రసేనుడి వద్దకు వెళ్ళి, ప్రశ్న విని "రెండయిదులు ఏడు ప్రభూ!" అన్నాడు. ప్రసేనుడు సంతోషంగా, "అయితే, నువ్వే నా మంత్రివి!" అన్నాడు.

"మహాప్రభూ, తమరు వేసే ప్రశ్న ముందుగా తెలిసిన కారణంగానే నేను జవాబు చెప్పగలిగాను. కానీ, రెండయిదులు పది ఎందుకు కాదో, తమరొక్కరే చెప్పగల సమర్థులని నా అభిప్రాయం" అన్నాడు సౌగంధరాయణుడు.

ప్రసేనుడు దిగులుగా, "అయితే, రెండయిదులు పదని, నీకూ తెలుసునన్నమాట! మంత్రిపదవికి నువ్వు అర్హుడివి కావు" అని అతణ్ణి పంపేశాడు.

ఇదంతా చూస్తున్న ప్రతాపసేనుడు కుమారుడితో, "ఈ ప్రశ్న వేయడంలో నీ ఉద్దేశ్యమేమిటి?" అన్నాడు.

"నాన్నగారూ, బాదరాయణమంత్రి ఎంతో తెలివైనవాడు. ఎక్కాలు బాగా వచ్చినంత మాత్రాన ఎవరూ గొప్ప మంత్రులు కాలేరని ఆయన అంటూండేవాడు. ఆయనకు లెక్కలు అంతగా రావని నా నమ్మకం. మళ్ళీ అలాంటి మంత్రే నాకు కావాలి" అన్నాడు ప్రతాపసేనుడు. కుమారుడి తెలివి ప్రతాపసేనుడికి అర్థమయింది. ఆయన అప్పటికప్పుడు సౌగంధరాయణుడిని పిలిపించి, స్వయంగా అతడి తెలివితేటల్ని పరీక్షించి ప్రసేనుడికి మంత్రిగా నియమించాడు.

43. రాగి కడియం

సీతాపురం అనే గ్రామంలో శ్రీముఖుడనే మహాపండితుడుండేవాడు. ఆయన నిస్వార్థబుద్ధితో ఎందరికో విద్యాదానం చేశాడు. ఎవర్నీ దేహి అని అడక్కపోయినా గ్రామస్థులాయనకు విలువైన కానుకలిచ్చి గౌరవించేవారు.

అందువల్ల శ్రీముఖుడికి రోజులు సుఖంగానే గడిచిపోతున్నాయి. ఆయనకున్న విచారమల్లా ఒక్కటే అది లేక లేక పుట్టిన కొడుకు చతుర్ముఖుణ్ణి గురించి.

చతుర్ముఖుడికి బొత్తిగా చదువబ్బ లేదు. అట్లని మంచి బుద్ధులూ లేవు. గ్రామంలో వాడు చేసే అల్లరిపనులకు శ్రీముఖుడి ముఖం చూసి సహిస్తున్నారు సీతాపురం ప్రజలు. ఇదంతా చూసి శ్రీముఖుడు చతుర్ముఖుణ్ణి బాగుచేయాలని ఎన్నో ప్రయత్నాలు చేసి విఫలుడయ్యాడు.

ఇలా వుండగా, ఒకరోజున శ్రీముఖుణ్ణి చూడడానికి మహానందుడనే శిష్యుడు వచ్చాడు. అతడు శ్రీముఖుడి దగ్గర అన్ని విద్యలూ నేర్చుకున్నాక అరణ్యాలకు పోయి తపస్సు చేసి కొన్ని అద్భుతశక్తులు సాధించాడు. ఇప్పుడతడు గురువైన శ్రీముఖుడికి గురుదక్షిణగా ఏదైనా ఇచ్చుకుంటే తప్ప వెళ్ళనని భీష్మించుకుని కూర్చున్నాడు.

"నువ్వు మంచిపేరు తెచ్చుకుంటే అదే నాకు గురుదక్షిణ!" అని శ్రీముఖుడతడికి ఎంతగానో నచ్చజెప్పాడు.

కానీ, మహా నందుడు అంగీకరించక పోవడంతో, శ్రీముఖుడు తన కొడుకు గురించి చెప్పి వాణ్ణి బాగుచేయమన్నాడు. మహానందుడు, చతుర్ముఖుణ్ణి పిలిచి మాట్లాడాడు. తర్వాత వాణ్ణి మంచి మార్గాన పెట్టేందుకు కొన్ని ప్రయత్నాలు చేసి విఫలమయ్యాక, మహానందుడు తన తపోబలంతో ఒక రాగి కడియాన్ని సృష్టించి చతుర్ముఖుడి చేతికి తొడిగి, "నాయనా! ఇది ధరించినప్పుడు పాండిత్యంలోనూ, సత్ప్రవర్తనలోనూ నీకు సాటిరాగలవారుండరు. ఈ రాగి కడియం నీకొక్కడికి మాత్రమే ఉపయోగపడుతుంది. రోజూ స్నానం చేసేముందు ఈ కడియాన్ని బయటకు తీసి శుభ్రంగా తోమి, స్నానం పూర్తయ్యాక మళ్ళీ ధరిస్తూ ఉండు. నీకు తప్పక మేలు జరుగుతుంది" అని చెప్పాడు.

ఆరోజు నుంచీ చతుర్ముఖుడిలో గొప్ప మార్పు వచ్చింది. ఎంతో వినయంగా, మర్యాదగా ప్రవర్తిస్తూ అతడు తన పాండిత్యాన్ని ప్రదర్శించసాగాడు. శ్రీముఖుడు కొడుకును పరీక్షించి వాడిప్పుడు పాండిత్యంలో తనను మించిన వాడయ్యాడని గ్రహించాడు.

ఆయన తన శిష్యుడైన మహానందుడితో, "నీ గురుదక్షిణ అపూర్వమైనది! ఇప్పుడు నేనే నీకు ఋణపడి వున్నాను" అని మెచ్చుకున్నాడు.

మహానందుడు గురువు పాదాలకు నమస్కరించి సంతోషంగా వెళ్ళిపోయాడు.

ఒకనాడు శ్రీముఖుడు కొడుకుతో "నాయనా! ఈ గ్రామంలో నీ విద్య వృధా కాకూడదు. రాజధానికి వెళ్ళి ప్రఖ్యాత పండితుల ముందు నీ పాండిత్యాన్ని ప్రదర్శించి నీ జీవితాన్ని సార్థకం చేసుకునిరా" అన్నాడు.

చతుర్ముఖుడు సరేనని రాజధానికి వెళ్ళాడు. అయితే అతడికి రాజదర్శనం లభించలేదు. పాండిత్యాన్ని ప్రదర్శించ డానికైతే ముందుగా అతడు విద్యాధరుడనే రాజాస్థాన పండితుణ్ణి మెప్పించవలసి వుంటుందని ఎవరో చెప్పారు. చతుర్ముఖుడు, విద్యాధరుణ్ణి చూడబోతే ఆయన అతడికేసి నిరసనగా చూసి వెళ్ళమన్నాడు.

చతుర్ముఖుడికి విసుగు పుట్టింది. తన గ్రామానికి వెళ్ళిపోవాలనుకున్నాడు. కానీ, తండ్రి చెప్పిన పని పూర్తి చేయకుండా వెళితే ఆయన బాధపడతాడని సంకోచించాడు.

కొద్దిరోజులకు చతుర్ముఖుడు వెంట తెచ్చుకున్న డబ్బు అయిపోయింది. ఏం చేయాలో తోచక అతడు తాను బసచేసిన సత్రం యజమానిని కలుసుకుని, "అయ్యా! నావద్ద డబ్బు అయిపోయింది. ఇంతవరకూ నాకు రాజదర్శనం లభించలేదు. రాజదర్శనం దొరికేదాకా తమరిక్కడ నన్నుండనిస్తే ప్రతిఫలంగా నేను తమకు ప్రతిరోజూ గీతాసారాన్ని వివరించగలను" అన్నాడు.

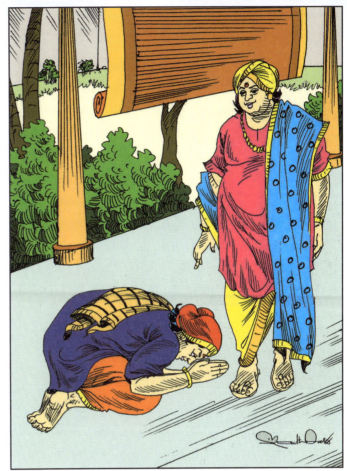

ఏ కళనున్నాడో గానీ సత్రం యజమాని అందుకు అంగీకరించాడు. ఆరోజు నుంచీ చతుర్ముఖుడు సత్రం యజమానికి భగవద్గీతలోని శ్లోకాలకు వివరణ చెప్పసాగాడు. అతడు చెబుతూంటే సత్రం యజమానికి భగవద్గీత పట్ల ఎంతో ఆసక్తి కలుగసాగింది.

ఒకరోజున రాజు రాజధానిలోని సత్రం యజమానులు పదిమందికీ కబురు చేసి వాళ్ళతో, "మీరందరూ ఎంతో చక్కగా, సమర్థవంతంగా సత్రాలను నిర్వహిస్తున్నారు. అదెలా చేయ గలుగుతున్నారో చెబితే, నేనూ నా కొలువులో ఆ పద్ధతులు ప్రవేశపెడదామనుకుంటున్నాను" అన్నాడు.

దీనికి మిగతా సత్రం యజమానులందరూ తలో రకంగా ప్రగల్భాలు పలికి బదులిస్తే, చతుర్ముఖుడున్న సత్రం యజమాని మాత్రం వినయంగా, "ప్రభూ! సాధారణంగా సత్రం నిర్వహించడానికి ఏ నియమాలుంటాయో అవే నేనూ పాటిస్తు న్నాను. అటుపైన భగవత్కృప" అని సమాధానం ఇచ్చాడు.

రాజు ఆశ్చర్యపడి, "భగవత్కృప అంటున్నావు. నీకు స్వయంకృషి మీద నమ్మకం లేదా?" అని అడిగాడు.

"ప్రభూ! స్వయంకృషి చేయడం వరకూ నాకు నమ్మక మున్నది. ఫలితం గొప్పతనం మటుకు నాది కాదంటున్నాను. రైతు కష్టపడి పొలం దున్ని పంట పండించాలంటే సకాలంలో వానలు పడాలి కదా!

వానలేకపోతే స్వయంకృషి వృథా అవుతుంది. స్వయంకృషి లేనిదే వాన పడినందువల్ల మాత్రం పంటలు పండవు. కాబట్టి గొప్పతనం స్వయంకృషిలోనూ, భగవత్కృప లోనూ కూడా వున్నది" అన్నాడు సత్రం యజమాని.

"స్వయంకృషి చేశాక మంచి ఫలితాలు వస్తే, మనిషికి గొప్పవాడనిపించుకోవాలని వుంటుంది. నీకలాంటి కోరిక లేదా?" అని ప్రశ్నించాడు రాజు.

"ప్రభూ! మహావీరుడయిన అర్జునుడే తన విజయానికి కారణం శ్రీకృష్ణుడే అని అంగీకరించాడు. నేనెంతవాణ్ణి?" అన్నాడు సత్రం యజమాని.

దీనికి రాజు మరింతగా అబ్బురపడి, "నా రాజ్యంలో సామాన్యుల్లో ఇంత జ్ఞానం కలవారున్నారని నాకు తెలియదు. రేపు నా కొలువులో నిన్ను ప్రత్యేకంగా సన్మానిస్తాను" అన్నాడు.

"ప్రభూ! నేను సన్మానానికి తగను. నాలో ఈ జ్ఞానం కలిగించిన మహా పండితుడొకాయన ఎక్కడినుంచో వచ్చి, తమ దర్శనం కోసం ఎదురుచూస్తున్నాడు. ఆయన కోరిక తీర్చండి" అన్నాడు సత్రం యజమాని.

మర్నాడు చతుర్ముఖుణ్ణి తన కొలువుకు తీసుకురమ్మని, రాజు సత్రం యజమానికి చెప్పాడు.

సత్రం యజమాని తిరిగివెళ్ళి జరిగినదంతా చతుర్ముఖుడికి చెప్పాడు. చతుర్ముఖుడు అతడికి కృతజ్ఞతలు తెలుపుకుని, మర్నాడు రాజు కొలువుకు వెళ్ళాడు. అక్కడ ఆయన పురాణాలకు వ్యాఖ్యానం చెబుతూంటే ఆస్థానపండితులందరూ అబ్బురపాటుతో విన్నారు.

రాజు చతుర్ముఖుణ్ణి మెచ్చుకుని, "మీరు మహా పండితులు. నా కొలువుకు రావడానికి తమరు మా ఆస్థాన పండితుడైన విద్యాధరుణ్ణి కలుసుకుని వుంటే, ఎప్పుడో మీ గొప్పతనం నాదాకా చేరి వుండేది" అన్నాడు.

విద్యాధరుడు తనను నిరసించి పంపివేసిన సంగతి చతుర్ముఖుడు అప్పుడు రాజుకు చెప్పాడు.

అది విని రాజు కోపం పట్టలేక, "మహానుభావా! ఇది నా కొలువుకే ఘోరావమానం. ఈ తప్పుకు తమరే స్వయంగా విద్యాధరుణ్ణి శిక్షిస్తే తప్ప నా మనసు శాంతించదు" అన్నాడు.

చతుర్ముఖుడు అందుకు అంగీకారసూచకంగా తలాడించి తన చేతికున్న రాగికడియాన్ని తీసి మహారాజుకిచ్చి విద్యాధరుడి వద్దకు వెళ్ళి అతణ్ణి నానావిధ దుర్భాషలతో నిందించాడు. ఆ సమయంలో అతడి ప్రవర్తన పండితుడిలా కాక, పామరుడిలా అతి నీచంగా వుండడంతో రాజే ఆశ్చర్య పడ్డాడు. విద్యాధరుడేమీ అనలేక ఖిన్నుడై తలవంచుకున్నాడు.

తర్వాత చతుర్ముఖుడు రాజు నుంచి రాగి కడియాన్ని తీసుకుని తిరిగి ధరించాడు. అప్పుడు రాజు, చతుర్ముఖుడితో

“అయ్యా! మహాపండితులూ, అఖండ జ్ఞానసంపన్నులూ అయిన తమరు నేనొక చిన్న అవకాశం యిచ్చేసరికి విద్యాధరుణ్ణి అతి నీచంగా నిందించారు.

మీ ప్రవర్తన ఈ కొలువుకే తలవంపుగా వున్నప్పటికీ, అందులో ఏదో పరమార్థమున్నదని భావిస్తున్నాను. అది సెలవిచ్చి మమ్ములను ధన్యుల్ని చేయండి” అన్నాడు.

చతుర్ముఖుడు మందహాసం చేసి, “నా ప్రవర్తనకు నేను సిగ్గుపడుతున్నాను. ప్రభువులు నన్ను మన్నించాలి. నా పాండిత్యం నా గొప్పతనం కాదు. అంతా ఈ రాగికడియంలో వున్నది” అంటూ తన కథ చెప్పాడు.

రాజు ఆ కథ విని మరింత ఆశ్చర్యపడి, “పండిత వర్యా! తమరు రాగికడియం ధరించి విద్యాధరుణ్ణి శిక్షించడానికి వెళ్ళవలసింది. అలా కాక రాగికడియాన్ని నాకిచ్చి విద్యాధరుణ్ణి పండితుడికి తగని మాటలతో నిందించారు. అది ఉచితమని తమకు తోచిందా? ఒక సామాన్య సత్రం యజమానిలో ఉత్తమ సంస్కారాన్ని ప్రవేశపెట్టగలిగిన తమరిలో ఇంత ద్వేషమా? నేను విద్యాధరుణ్ణి శిక్షించమన్నప్పుడు తమరు రాగి కడియాన్ని ధరించేవున్నారు. ఏమి చేయాలో తమకప్పుడు స్ఫురించే వుండాలి కదా!” అన్నాడు.

ఇందుకు చతుర్ముఖుడు నవ్వి, “ప్రభూ! విద్య, పాండిత్యం లేనప్పుడు నేనెలా వుంటానో తమరు ప్రత్యక్షంగా చూశారు. స్వయంగా సాధించలేని పాండిత్యం, రాగికడియం మూలంగా నాకు అబ్బింది. ఆ పాండిత్యం నా ప్రవర్తనను కూడా మార్చి సంస్కారవంతుణ్ణి చేసిందని నేను అనుకుంటున్నాను. కానీ, పాండిత్యంతో పాటు సంస్కారం అబ్బదని విద్యాధరుడు ఋజువు చేశాడు.

ఒకప్పుడు ఆయన నన్ను పరీక్షించనైనా పరీక్షించకుండా నిరసించి పంపాడు. నేను రాగికడియాన్ని తీసి పక్కన పెట్టినట్టుగా ఆయన కూడా తన పాండిత్యాన్ని పక్కనపెట్టి నిరసించాడు. ఆ బాధ ఎలా ఉంటుందో ఆయనకు తెలియజెప్పాలనే నేను రాగి కడియం తీసి పక్కనపెట్టి ఆయనను శిక్షించడానికి వెళ్ళాను.

తమరు చెప్పినట్టు నేను రాగికడియాన్ని ఎల్లవేళలా ధరించడమే ఉచితమూ, ఉత్తమమూ అవుతుంది. అదేవిధంగా ప్రతి పండితుడూ అన్ని సమయాల్లోనూ తన పాండిత్యానికి తగ్గ విధంగానే ప్రవర్తించడం ఉచితం.

రాగద్వేషాలకు, అసూయాహంకారాలకూ లోనైనప్పుడు కూడా, పండితుడు తనలోని పాండిత్యాన్ని రాగికడియంలా తననుంచి వేరు చేయరాదని హెచ్చరించడానికై నేనాపని చేశాను. నాకు విద్యాధరుడి మీద ఏమీ ద్వేషభావం లేదు” అన్నాడు.

చతుర్ముఖుడి భావం రాజుకూ, విద్యాధరుడికే కాక అక్కడి సభలోని వారందరికీ కూడా అర్థమయింది. రాజు చతుర్ముఖుణ్ణి ఆస్థానపండితుడిగా నియమించి గౌరవించాడు.

44. రహస్యం దాచే రహస్యం

అనంతపురం జమీందారు కులశేఖరం గారికి తన భార్య అంటే అపరిమితమైన అనురాగం. ఎంతటి ముఖ్య రహస్యాలైనా ఆమెకు చెప్పకుండా వుండలేకపోయేవాడు. అయితే భార్య మూలంగా రహస్యాలు నలుగురికీ తెలిసిపోయేవి. ఈ విషయమై కులశేఖరం భార్యను ఎంత హెచ్చరించినా ప్రయోజనం లేకపోయింది. ఆమె నోట్లో నువ్వుగింజ కూడా నానదు. జమీందారుకు రాముడు, సోముడు అని యిద్దరు నమ్మకస్థులైన నౌకర్లున్నారు. జమీందారు వీళ్ళకు కూడా తన రహస్యాలు కొన్ని చెబుతూండేవాడు.

రాముడికి చెప్పిన రహస్యాలు అందరికీ వెల్లడయ్యేవి; సోముడికి చెప్పినవి ఎవరికీ తెలిసేవి కాదు. కులశేఖరంగారు, రాముణ్ణి చాలా పర్యాయాలు కోప్పడితే వాడు "ఈ రహస్యాలు నేను, నా భార్యకు తప్ప మరెవరికీ చెప్పడం లేదు. ఏం చేసేది! దాని నోట్లో నువ్వుగింజ నానదు" అని జవాబిస్తూండేవాడు. ఇదే లోపం తన ఇంట కూడా వుండడం వల్ల జమీందారు తన నౌకరును ఏమీ అనలేక పోయేవాడు.

ఒకరోజు ఆయన సోముడొక్కణ్ణీ పిలిచి, "తాళి కట్టేనాడు అందరిలాగే నువ్వూ, భార్యతో కష్టసుఖాలన్నీ పంచుకుంటానని మాట ఇచ్చావు. అలాంటప్పుడు నీకు తెలిసిన రహస్యాలన్నీ, నీ భార్యకు చెప్పకపోవడం న్యాయమేనా?" అని అడిగాడు.

"నేనెందుకు చెప్పను ప్రభూ! నాకు తెలిసినవన్నీ, దాచకుండా నా భార్యకు రోజూ చెబుతూంటాను" అన్నాడు సోముడు. జమీందారుకు సోముడు అబద్ధం చెబుతున్నాడన్న అనుమానం కలిగింది. నిజం తెలుసుకునేందుకు ఆయన తన నౌకర్లిద్దరికీ ఒక పరీక్ష పెట్టాడు. ఒకరోజు ఆయన సోముడితో, "నాకు కడుపులో ఏదో వ్రణం పుట్టిందనీ, అట్టేకాలం బతకననీ మన దివాణం వైద్యుడు చెప్పాడు. త్వరలో వారసుణ్ణి ఎన్నిక చేయాలి. ఇది చాలా రహస్యం!" అన్నాడు.

సోముడు వెళ్ళిపోగానే రాముణ్ణి పిలిచి, "ఇది చాలా రహస్యం! రెండు రోజులక్రితం విరోధులు కుట్రపన్ని, నా ఆహారంలో విషం కలిపించి దొరికిపోయారు. ప్రస్తుతానికి ఆ కుట్రదార్ల పేర్లు రహస్యంగా ఉంచాను" అని చెప్పాడు. వారం రోజుల్లో రాముడికి చెప్పిన రహస్యం బయటికి పొక్కింది. సోముడికి చెప్పినదాన్ని గురించి ఎవరూ మాట్లాడుకోవడం లేదు.

జమీందారు తన ఇంట పనిచేసే దాసీనొకదాన్ని సోముడి భార్య వద్దకు పంపి, తన అనారోగ్యం గురించి, ఆమె కేపాటి తెలుసో కనుక్కోమన్నాడు. దాసీ తిరిగివచ్చి "ప్రభూ! ఈ విషయం వారం రోజుల క్రితమే తనకు తెలుసునని సోముడి భార్య అన్నది" అని చెప్పింది. ఇది విని కులశేఖరం ఆశ్చర్యపోయాడు. ఆయన సోముణ్ణి పిలిచి, "ఈ రోజుల్లో నీ భార్య వంటి ఆడవాళ్ళు అరుదుగా ఉంటారు" అని జరిగింది చెప్పి మెచ్చుకున్నాడు.

దానికి సోముడు నవ్వి, "ఇందులో వింతపడవలసిందేమీ లేదు. ప్రభూ! ఎవరికైనా రహస్యమని ప్రత్యేకంగా చెబితేనే అది నలుగురికీ చెప్పాలన్న కోరిక కలుగుతుంది. నేను, నా భార్యకు రహస్యాలన్నీ చెబుతాను. కాని, అవి రహస్యాలని మాత్రం అనను! అందుచేత ఆమె వాటిని పట్టించుకోదు" అన్నాడు. అసలు రహస్యం జమీందారుకు అర్థమయింది. ఆయన సోముడికి మంచి బహుమానం ఇచ్చాడు. ఆ తర్వాత ఆయన భార్యకు చెప్పిన రహస్యాలు కూడా బయటికి పొక్కడం ఆగిపోయాయి.

45. తలుపు గడియ

వీరభద్రం అనే గృహస్థు స్నానాలగదికి వెళ్ళి తలుపు గడియ వేసి స్నానం చేశాక తలుపు తీద్దామనుకునేసరికి గడియ ఊడి రాలేదు. అది వేసినచోటే గట్టిగా బిగుసుకుపోయింది. అదృష్ట వశాత్తూ ఆయనకు స్నానాలగదిలో ఒక మూలగా సుత్తి ఒకటి కనిపించింది. ఆయన దానితో బలంగా నాలుగు దెబ్బలు వేశాక గడియ ఊడి వచ్చింది.

ఆయన బయటికి వచ్చి భార్యాబిడ్డలతో "స్నానాల గది తలుపు గడియ బిగుసుకుపోయింది. వేసేటప్పుడు సులభంగానే వుండి తీయబోయే టప్పుడు ఇబ్బంది కలిగిస్తున్నది.

సుత్తి ఉపయోగించినా గడియ తీయడం నాకే ఎంతో కష్టమయింది. మీ సంగతి వేరే చెప్పాలా? అందువల్ల, బాగు చేయించేదాకా మీరెవ్వరూ స్నానాల గది తలుపు వేసుకోకండి" అని చెప్పాడు.

ఇది విని వీరభద్రం చిన్నకొడుకు వడ్రంగి ఇంటికి పరుగుపెట్టాడు. వడ్రంగి పని మీద పొరుగూరు వెళ్ళాడనీ, వారంరోజుల దాకా తిరిగిరాడనీ తెలిసింది.

అలవాటు మానుకోవడం అంత సులభం కాదు! వీరభద్రం పెద్దకొడుకు పొరబాటున తలుపు గడియ వేసి, తిరిగి తెరవడానికి అరగంటసేపు అవస్థపడ్డాడు. అప్పుడు వాడికి వళ్ళంతా చెమటలు పట్టడం వల్ల తలుపు గడియ వేసుకోకుండా మరొకసారి స్నానం చేశాడు. అప్పటినుంచి ఇంట్లో వాళ్ళంతా తలుపు గడియ విషయంలో జాగ్రత్తగా వుండసాగారు.

ఇది జరిగిన నాలుగు రోజులకు వీరభద్రం ఇంటికి రామచంద్రం అనే బంధువు వచ్చాడు. ఆయన సన్నగా గాలికి ఎగిరిపోతాడా అన్నట్లుంటాడు.

ఇంట్లో అడుగుపెడుతూనే ఆయన "బయట ఎండ నిప్పులు చెరుగుతున్నది. ముందు స్నానం చేస్తేనే గానీ మాట కూడా ఆడలేను" అంటూ స్నానాల గదిలోకి వెళ్ళాడు. ఆ వెనువెంటనే తలుపు గడియ వేసుకున్న చప్పుడు కూడా వినిపించింది.

ఆ చప్పుడు వింటూనే వీరభద్రం కంగారుపడ్డాడు. స్నానాలగది తలుపు గడియ వేయవద్దని బంధువును ముందుగా

హెచ్చరించడం మరచిపోయాడు. ఇప్పుడాయన గది నుంచి బయటపడలేకపోతే తలుపు బద్దలు కొట్టవలసి వస్తుంది.

"ఎందుకైనా మంచిది. సుత్తి గదిలోపలే వున్నది. కాబట్టి ముందుగా ఆయన్ని హెచ్చరిద్దాం" అన్నాడు వీరభద్రం.

"తలుపు గడియ రాకపోతే ఆయనే కేక పెడతాడు. ముందే ఆయన్ని కంగారు పెట్టడమెందుకు?" అని వారించింది వీరభద్రం భార్య. వీళ్ళు ఈ విషయమై కలవరపడుతూండగానే స్నానాల గది లోపలి నుంచి మళ్ళీ గడియ చప్పుడైంది. తలుపు తీసుకుని చంద్రం బయటికి వచ్చి, "హమ్మయ్య! ఇప్పుడు ప్రాణం తెరిపిన పడింది" అన్నాడు.

వీరభద్రం కుటుంబానికి కలిగిన ఆశ్చర్యం అంతా యింతా కాదు. వాళ్ళందరూ తనకేసి ఆశ్చర్యంగా చూస్తుంటే, రామచంద్రం "అదేమిటి? స్నానాలగది ముందు చేరి అంతా నన్ను దయ్యాన్ని చూసినట్టు చూస్తున్నారు?" అన్నాడు.

"అబ్బే, అదేం లేదు. స్నానం చేయడంలో నీకే యిబ్బందీ కలగలేదు కదా?" అన్నాడు వీరభద్రం తడబడుతూ.

"ఎవరైనా ప్రయాణం యిబ్బందుల గురించి అడుగుతారు. నువ్వు స్నానం యిబ్బంది గురించి అడుగుతావేమిటి? అయినా స్నానం చేయడంలో యిబ్బందేముంటుందీ?" అని ప్రశ్నించాడు రామచంద్రం ఆశ్చర్యంగా.

ఆ ప్రశ్నతో తన పొరబాటు తెలిసి వీరభద్రం యింకేమీ మాట్లాడలేదు. తలుపు గడియ దానంతటదే బాగుపడిందేమోనని మాత్రం ఆయన మనసులో అనుకున్నాడు. ఆ రాత్రి వీరభద్రం స్నానం చేసేటప్పుడు తలుపు గడియ వేశాడు. కానీ తీయడానికి చాలా శ్రమపడసాగాడు.

రామచంద్రం స్నానాలగది దగ్గరకు పోయి, "లోపలి నుంచి సుత్తి చప్పుళ్ళేమిట్రా వీరభద్రం? ఇంతకూ నువ్వు లోపల ఏం చేస్తున్నావు?" అని అడిగాడు.

అతికష్టం మీద వీరభద్రం తలుపు తీసుకుని బయటకు వచ్చి, "స్నానాలగది తలుపు గడియ బిగుసుకుపోయింది. బాగు చేయిద్దామంటే వడ్రంగి ఊళ్ళో లేడు. తీయడం కష్టంగా వుందని గడియ వేసుకోకుండానే స్నానాలు చేస్తున్నాం నాలుగురోజుల నుంచి. మధ్యాహ్నం నువ్వు సులభంగా గడియ వేసుకుని తీసేసరికి అది బాగుపడిందేమో అనుకున్నాను. అది నీ అదృష్టమో లేక నువ్వు బక్కగా కనబడుతున్నా బలం ఎక్కువో నాకు అంతుబట్టడం లేదు. నాకు మాత్రం గడియ తీయడం ఇంకా కష్టంగానే ఉన్నది" అన్నాడు చిన్నబోయిన ముఖంతో.

"అదా సంగతి!" అని రామచంద్రం అదేపనిగా నవ్వసాగాడు. "ఎందుకలా నవ్వుతావు? సంగతేమిటో చెప్పు" అన్నాడు వీరభద్రం.

రామచంద్రం నవ్వాపి, "నేను బక్కప్రాణిని గదా! మా ఇంట్లో అంతా నన్ను వేళాకోళం చేస్తుంటారు. మా స్నానాలగది గడియ కూడా కాస్త బిగువే. ఇంట్లో అందరికీ సులభంగానే ఉంటుంది. కానీ నాకది వెయ్యడమూ, తియ్యడమూ కూడా కష్టమే! గడియ కూడా వేసుకోలేదని అంతా నన్ను ఆటపట్టిస్తారని భయపడి, స్నానానికి వెళ్ళినప్పుడల్లా తలుపు మూసి గడియ వేసినట్టు చప్పుడు చేస్తాను. అదే అలవాటైపోయింది. మధ్యాహ్నం యిక్కడా అదే పని చేశాను" అన్నాడు.

ఇది విన్న వీరభద్రం కుటుంబం వాళ్ళు చాలాసేపు రామచంద్రంతో పాటు పెద్దగా నవ్వుకున్నారు.

46. మంత్రి నీతి

ఒకానొకప్పుడు మగధదేశాన్ని చంద్రసేనుడనే రాజు పాలించేవాడు. ఆయనకు నలుగురు కొడుకులు. గురుకులంలో వాళ్ళు అన్ని విద్యలూ క్షుణ్ణంగా నేర్చుకుని వచ్చాక రాజు వాళ్ళను మంత్రివద్దకు వెళ్ళి ఒక సంవత్సరంపాటు రాజనీతి గురించి కూలంకషంగా నేర్చుకురమ్మన్నాడు.

ఇది తెలిసి మంత్రి, చంద్రసేనుణ్ణి కలుసుకుని "ప్రభూ, అన్ని విద్యలూ గురుకులంలో నేర్చుకున్నాక ఇంకా తెలుసుకోవలసిన రాజనీతి వుంటే అది యువరాజులకు మీరు నేర్పాలి. రాజవంశీకులకు తగిన సలహాలు ఇవ్వడమే తప్ప, విద్యనేర్పడం మగధమంత్రుల సంప్రదాయం కాదు" అని చెప్పాడు.

దీనికి చంద్రసేనుడు నవ్వి, "మంత్రివర్యా! రాజనీతి గురించి మీకు తెలిసిన దాంట్లో ఎన్నో వంతు నాకు తెలుసు? ఎన్నో పర్యాయాలు మీ చతురోపాయాల కారణంగా జటిల సమస్యలు పరిష్కారమయ్యాయి. యువరాజులకు రాజనీతి బోధించడానికి, నాకంటే మీరే అర్హులు" అన్నాడు.

రాజుకు తన మీద ఉన్న సదభిప్రాయానికి మంత్రి ఎంతో సంతోషించాడు. అయినప్పటికీ ఆయన యువరాజులకు విద్యాబోధన చేయడానికి అంగీకరించక "ప్రభూ! రాజనీతి బోధనతో నేర్చుకునేది కాదు. నేర్చిన విద్యలను అవసరానికి తగినవిధంగా ఉపయోగించుకోవడానికి చాలా అనుభవం కూడా అవసరం. రాజనీతి గురించి రాజకుమారుల సమయం వృధా చేయకండి. వారికి అన్నివిధాలా నా కుమారుడు సహకరించగలడు" అన్నాడు.

అప్పుడు చంద్రసేనుడు మంత్రితో, "అసలు విషయం చెబుతున్నాను! రాజకుమారులను మీరు శ్రద్ధగా గమనించి వారిలో సింహాసనానికి అర్హులెవరో నిర్ణయించాలి. అందుకే రాజనీతి వంకతో వారిని మీ వద్దకు పంపుతున్నాను" అన్నాడు.

"మహాప్రభూ! రాజకుమారులలో పెద్దవాడైన ధర్మసేనుడు రాజు కావడం మనదేశ సంప్రదాయం. సంప్రదాయం తప్పడం తమకు ఉచితం కాదు" అన్నాడు మంత్రి.

రాజు ఒక క్షణం ఆలోచించి, "సంప్రదాయం పేరిట అర్హతను నిర్లక్ష్యం చేయడం నాకు నచ్చదు. తరతరాలుగా మా ఇంట ఒకే మగబిడ్డ గలుగుతూండడం వల్ల ఇంతవరకూ మా పూర్వీకులెవరికీ నాకొచ్చిన సమస్య రాలేదు. నలుగురిలో ఎవరికి రాజ్యార్హత వుంటే, వారికే రాజ్యం కట్టబెట్టి ప్రజలకు మేలు చేయాలని నా సంకల్పం. దీన్ని మీరు కాదనకూడదు" అన్నాడు.

మంత్రి దీనికి సమాధానం ఇవ్వక నవ్వి ఊరుకున్నాడు. చంద్రసేనుడు సంతృప్తి పడక "మీరెందుకు నవ్వారో కారణం చెప్పాలి!" అన్నాడు.

"ప్రభూ! మీ మాటలు నాకు అసందర్భంగా తోచినప్పుడు నాకు నవ్వు వస్తూంటుంది. తమరు నొక్కించి కారణమడగరాదు. అందువల్ల మీ మనసు నొచ్చుకుంటుంది. అది నాకిష్టముండదు" అన్నాడు మంత్రి.

అయినప్పటికీ చంద్రసేనుడు మంత్రి నవ్వుకు కారణం చెప్పాలని పట్టుపట్టాడు. చివరకు విధిలేక, "ప్రభూ! యువరాజు ధర్మసేనుడు నా కుమార్తె త్రిపురసుందరిని ప్రేమించాడు. రూపగుణ లావణ్యాలలో నా కుమార్తెకు ఏ దేశపు రాకుమారీ సాటిరాదు. కానీ తమరు రాకుమారినే తప్ప, మంత్రి కుమార్తెను కోడలుగా స్వీకరించరని ధర్మసేనుడు నమ్ముతున్నాడు. తమరు సంప్రదాయాన్ని వదిలి అర్హతను బట్టి నా కుమార్తెను మీ కోడలుగా స్వీకరించగలరా?" అని అడిగాడు మంత్రి.

ఈ మాటలతో చంద్రసేనుడికి కోపం వచ్చింది. ఆయన దాన్ని అణచుకునేందుకు ప్రయత్నిస్తూ, "మీ కుమార్తె అర్హతను నిర్ణయించవలసింది మీరు కాదు; నేను!" అన్నాడు.

దీనికి మంత్రి మళ్ళీ నవ్వి ఊరుకున్నాడు. కారణం చెప్పమని రాజు మరీ మరీ బలవంతపెట్టగా, "ప్రభూ! తనకే స్త్రీ భార్య కావాలో నిర్ణయించే స్వతంత్రం పురుషుడికుండాలి. ధర్మసేనుడు త్రిపుర సుందరిని తన భార్య కావాలనుకున్నాడు. అది కాదనే అర్హత మీకంటే నాకే ఎక్కువ. ఎందుకంటే రాజ కుమారులలో రాజు కాగల అర్హత ఎవరికున్నదో తేల్చలేక తమరా బాధ్యతను నాకప్పగిస్తున్నారు. రాజును నిర్ణయించగలవాడికి రాణిని నిర్ణయించగల అర్హత వుండదంటారా?" అన్నాడు మంత్రి.

చంద్రసేనుడు కాసేపాలోచించి, "మీరు చెప్పింది సబబు గానే వున్నది. ధర్మసేనుడు త్రిపురసుందరిని ప్రేమించివుంటే వారి వివాహం నేనే జరిపిస్తాను. తమరిక ఏ సందేహమూ లేకుండా రాజకుమారులలో రాజ్యార్హత ఎవరికున్నదో నిర్ణయించే ప్రయత్నానికి పూనుకోండి" అన్నాడు.

దీనికి కూడా మంత్రి నవ్వి ఊరుకున్నాడు. "ఇప్పటికీ మీకు నా చిత్తశుద్ధి మీద నమ్మకం కుదరలేదా? ఎందుకలా నవ్వుతారు?" అని అడిగాడు చంద్రసేనుడు.

"ప్రభూ! ధర్మసేనుడు నా అల్లుడయ్యాక రాజ్యార్హత వేరే ఎవరికో ఉన్నదని నేను నిర్ణయిస్తానని మీరు నమ్ముతున్నారా?" అన్నాడు మంత్రి.

"మీ నిస్వార్థబుద్ధిని నేనెప్పుడూ గౌరవించి నమ్ముతాను. మీమీద నాకెలాంటి అనుమానమూ రాదు" అన్నాడు చంద్ర సేనుడు.

"అయితే, నా నిర్ణయం చెబుతాను వినండి! ధర్మసేనుడు నా కుమార్తెను చాలాకాలంగా ప్రేమిస్తున్నాడు. అందుకని నేనూ అతణ్ణి చాలాకాలంగా శ్రద్ధగా గమనిస్తున్నాను. రాజకుమారులు నలుగురిలో రాజ్యార్హత అతడికే ఉన్నదని నిర్ణయించాకనే, నేను వారి వివాహ ప్రసక్తి ఈరోజు మీ దగ్గర తీసుకువచ్చాను" అన్నాడు మంత్రి.

చంద్రసేనుడు తెల్లబోయి, "తమరిలా పక్షపాత బుద్ధితో వ్యవహరిస్తారని నేననుకోలేదు. మీ స్వార్థం కోసం నా ఆదర్శాన్ని దెబ్బతీశారు" అన్నాడు.

దీనికి మంత్రి మళ్ళీ నవ్వి ఊరుకున్నాడు. రాజుకు ఉక్రోషం వచ్చి, "మాటి మాటికీ మీరలా నవ్వడం నాకు ఏమాత్రం నచ్చలేదు. ఆలస్యం చేయకుండా మీ మనసులో ఏమున్నదో వెంటనే చెప్పండి" అని అడిగాడు.

"ప్రభూ! మీ ఆదర్శమేమిటో నాకర్థం కావడం లేదు. అర్హుడికే రాజ్యాభిషేకం చేయాలంటే అందుకు రాజకుమారులు నలుగురినే ఎందుకు పరీక్షించాలి? దేశంలో సమర్థులకు కొదవ యిందా?

మీ బిడ్డలలో ఒకరికి మాత్రమే రాజ్యమివ్వాలన్న సంప్రదాయం పాటిస్తూనే మీరు సంప్రదాయం పాటించని ఆదర్శవాదిననుకుంటున్నారు. మీరు మీ బిడ్డలలో ఒకరు రాజు కావాలనుకున్నట్లే నేను నా అల్లుడే రాజు కావాలనుకుంటే తప్పుపడుతున్నారు. నవ్వుకోక నేను చేయగలిగినదేముంది?" అన్నాడు మంత్రి.

రాజుకు తన ఆలోచనలోని లోపం ఇప్పుడు అర్థమైంది. ఆయన సంప్రదాయాన్ని విడిచిపెట్టే ఆలోచన మానుకుని, "ధర్మసేనుడికి నిజంగానే రాజ్యార్హత ఉన్నదని తమరు భావిస్తున్నారా?" అని ప్రశ్నించాడు.

"ప్రభూ! సమర్థుడైన మంత్రి, శక్తివంతులైన పరివారం, నమ్మకస్థులైన సేవకులు, అనుకూలవతి అయిన భార్య, అభిమానించే ప్రజలు వుంటే ఏ రాజైనా రాజ్యాన్నేలడానికి అర్హుడే! అందులోనూ సంప్రదాయం ప్రకారం ధర్మసేనుడే రాజ్యార్హత కలిగినవాడు" అన్నాడు మంత్రి.

చంద్రసేనుడు మారు మాట్లాడకుండా మంత్రి చెప్పిన దానికి అంగీకరించాడు. అప్పుడు మంత్రి నవ్వి, "ఎందుకు నవ్వావని అడక్కండి! మీకు వియ్యంకుడిని కాబోయే నేను మీరంటే భయపడనవసరం లేదు. రాజొక్కడు స్వార్థపరుడైతేనే రాజరికం రాజాంతఃపురం విడిచిపోవడం లేదు.

ఇప్పుడు రాజు, మంత్రుల స్వార్థం కలిస్తే పూర్వీకులేర్పరచిన మగధ సంప్రదాయాలు చిరస్థాయిగా నిలిచిపోతాయి" అన్నాడు.

దీనికి చంద్రసేనుడు కూడా నవ్వి, "రాజనీతి కంటే మంత్రినీతి గొప్పదని తమరు చక్కగా ఋజువు చేశారు. రాజనీతి నా బిడ్డను రాజును చేస్తే, మంత్రినీతి మీ బిడ్డను ఈ రాజ్యానికి రాణిని చేస్తున్నది.

మీవంటి సర్వ సమర్థుడి అల్లుడైన ధర్మసేనుడికి రాజ్యంలో ఎదురుంటుందనుకోను" అని వెంటనే ధర్మసేనుడి వివాహానికీ, రాజ్యాభిషేకానికీ ఏర్పాట్లు చేశాడు.

47. చిట్టి చలువ

చిట్టి ఎప్పుడూ చలువ చేసిన బట్టలే వేసుకుంటుంది. దాన్ని చూస్తే స్నేహితురాళ్ళందరికీ అసూయ.

ఇంటి బట్టలుతికే సోమన్న తెచ్చిన బట్టలు ఒక్కరోజుకే మడత నలిగిపోవడం వల్ల వాళ్ళెవ్వరూ చిట్టిలాగా ప్రతిరోజూ నలగని బట్టలు వేసుకోలేరు.

మరి చిట్టికైతే తన బట్టలు తనే చలువ చేసుకోవడం వచ్చు. ఏరోజు బట్టలారోజే ఉతుక్కున్నాక చిట్టి చేసే పనేమిటంటే ఒక చెంబునిండా నిప్పులు పోసి ఆ చెంబును మందమైన గుడ్డతో పట్టుకుని తన చొక్కాల మీదా, పరికిణీల మీదా పామి చలువ చేస్తుంది. చలువ చేసిన దాని బట్టల్ని సోమన్న కూడా మెచ్చుకుంటాడు.

తల్లి మాత్రం చిట్టి నేనాడూ మెచ్చుకోదు. "దానికి ఆటల ధ్యాస ఎక్కువ.

నాకేనాడూ పనిలో సాయం చెయ్యదు. అది బట్టల్ని ఎంత బాగా చలువ చేస్తే మాత్రం ఎవరిక్కావాలి? అవన్నీ దాని బట్టలే గదా! పొరబాటున కూడా ఇతరుల బట్టలు చలువ చెయ్యదు" అంటుందామె.

ఇదంతా తెలిసి నాయనమ్మ ఒకనాడు చిట్టిని పిలిచి మందలించింది. చిట్టి లెక్కచేయకుండా, "నేను అమ్మకు బోలెడు సాయం చేస్తాను.

అమ్మకెంతపని చేసినా తృప్తి ఉండదు. ఎంతసేపూ నన్ను తిట్టడమే! చిన్నపిల్లలన్నాక ఆడుకోకుండా ఎలా? అమ్మ నన్ను ఆడుకోవద్దంటుంది.

అందుకే అమ్మంటే నాక్కోపం. అమ్మకే పనీ చేసిపెట్టను" అని చెప్పింది.

కోడల్ని తప్పు పడితే నాయనమ్మకూ ఇష్టమే కదా! అందువల్ల ఆవిడ ఎంతో సంతోషించి, "పోనీలేవే చిట్టీ! అమ్మకే పనిలోనూ సాయపడకు. మరి ఇతరులకు సాయపడ్డానికేం?" అని అడిగింది.

"నీకేం తెలీదు నాయనమ్మా! నాన్నగారేమో అస్తమానూ మా చిట్టి సుకుమారి దానికేపనీ చెప్పకూడదు అంటారు. ఆయనకు ఏదైనా పనిచేసి పెడితే నేను సుకుమారిని కాదనుకుంటారని భయం. అన్నయ్యకు పనిచేద్దామంటే నేను వాడికంటే చిన్నదాన్నా మరి! అయినాసరే వాడు నన్ను ముద్దుగా చూడడు. అన్నింటికీ తనమాటే వినాలంటాడు. వాడికి నేనెందుకు పనిచేయాలి?

ఇక చెల్లాయి సంగతి విను, అది నాకంటే చిన్నదే గదా. అయినా పెద్దదాన్నన్న సంగతి మరిచి నామీద ఏమాత్రం గౌరవం లేకుండా మాట్లాడుతుంది. నేచెప్పిందొక్కటీ వినదు. పైగా తను చిన్నపిల్ల కాబట్టి ముద్దు చేయాలంటుంది. నామాట విననప్పుడు నేను దాన్నెందుకు ముద్దు చేస్తాను? దాని బట్టలెందుకు చలువ చేస్తాను? నువ్వే చెప్పు!" అన్నది చిట్టి.

చిట్టి మాటలకు నాయనమ్మ నవ్వి, "అయితే, నువ్వెవరి పనులూ చేయవన్నమాట. అవునా?" అని అడిగింది.

"ఎందుకు చేయను? నాకైతే నీ బట్టలు చలువ చేయాలనుంటుంది. కానీ, ఏం లాభం? నీకేమో మడి. నీ బట్టలు నువ్వే ఉతికి ఆరేసుకుంటావు. వాటిని చలువ చేయడానికి వీల్లేదంటావు" అన్నది చిట్టి.

"ఆహాఁ! నీవన్నీ మీ తాతయ్య తెలివితేటలే!" అంటూ నాయనమ్మ చిట్టిని దగ్గరగా తీసుకుని మురిసిపోయింది.

ఇంతలో చిట్టి అమ్మ అక్కడికి వచ్చి, "సోమన్న ఊళ్ళో లేడట. సాయంత్రం పేరంటానికి వెళ్ళాలి. పట్టుచీర బాగా నలిగిపోయింది. కాస్త చలువ చేసి పెట్టమ్మా, చిట్టీ!" అన్నది.

"నేను చెయ్యను" అన్నది చిట్టి పెడసరంగా.

తల్లి చిట్టిని తిట్టసాగింది. అప్పుడు నాయనమ్మ కల్పించుకుని, "దాన్నెందుకే తిడతావు? పిల్లలతోనైనా సరే అవసరం వున్నప్పుడు, మంచి మాటలాడి పనిచేయించుకోవాలి. నువ్వు మరీ పెడసరం మనిషివి!" అంటూ కోడల్ని మంద లించింది.

"మనవరాలు కదా అని వెనకేసుకొచ్చి దాన్ని పాడు చేయకండి. నేను పెడసరం మనిషినైతే మీరు దానిచేత నా చీర చలువ చేయించండి చూద్దాం!" అని సవాలు చేసి చిట్టి అమ్మ అక్కణ్ణించి వెళ్ళిపోయింది. నాయనమ్మకు పౌరుషం వచ్చింది. ఆవిడ మనవరాలితో, "నువ్వు గనక మీ అమ్మ చీర చలువ చేశావంటే నీకు దానిచేతే మంచి పట్టుపరికిణీ కుట్టిస్తాను" అన్నది.

"పట్టుపరికిణీయే! అమ్మో! ఎంత గింజుకున్నా అమ్మ అందుకొప్పుకోదు" అన్నది చిట్టి.

"ఎందుకొప్పుకోదూ మన బుర్రలో తెలివుంటే?" అంటూ నాయనమ్మ చిట్టికొక ఉపాయం చెప్పింది.

ఈ ఉపాయాన్నెలా అమలు జరపాలో నాయనమ్మా, మనవరాలూ అభ్యాసం చేస్తూండగా పొరుగింటావిడ వచ్చి చిట్టి అమ్మను "పట్టుచీర కొనడానికి బట్టల దుకాణానికి సాయం వస్తావా?" అని అడిగింది.

ఇందుకు చిట్టి అమ్మ ఆశ్చర్యపోయి, "ఈమధ్యనే కదా ఒక పట్టుచీర కొన్నావు. నీకు డబ్బు కానీ ఎక్కువయిందా ఏమిటి?" అని అడిగింది.

అందుకు పొరుగింటావిడ నిట్టూర్చి "అంతా నా దురదృష్టం. ఈ రోజుల్లో పిల్లలు బాగా తెలివి మీరిపోయారని తెలుసుకోలేకపోయాను. మా అమ్మాయి ఎన్నాళ్ళుగానో పట్టు పరికిణీ కావాలని అడుగుతున్నది. ఎదిగేపిల్ల కదా; ఇంకాస్త పెద్దయ్యాక కుట్టించొచ్చులే అనుకుని జాప్యం చేశాను. అదేం

చేసిందో తెలుసా? నాకూ బట్టలు చలువచేయడం వచ్చు. నీ చీర చలువ చేసి పెడతాను అని పట్టుచీర తీసుకుని చలువ చేస్తూ చేస్తూ ఇంత మేర కాల్చేసింది. అది కావాలనే ఆ పని చేసిందని నా అనుమానం" అన్నది బాధగా.

"నీ పట్టుచీర కాల్చితే దానికేం ప్రయోజనం?" అని ప్రశ్నించింది చిట్టి అమ్మ.

"ప్రయోజనం లేకేం! ఆ పట్టుచీర నేను కట్టుకునేందుకు ఎలాగూ పనికిరాదని, దానితో దానికి రెండు రకాల పట్టు పరికిణీలు కుట్టించాను. ఇప్పుడు నాకేమో పేరంటానికి వెళదా మంటే పట్టుచీర లేకుండా పోయింది" అన్నది పొరుగింటావిడ.

చిట్టి అమ్మ తలాడిస్తూ, "సరేలే! భోజనాలయ్యాక ఇద్దరం కలిసి బట్టల దుకాణానికి వెళదాం" అన్నది. పొరుగింటావిడ వెళ్ళిపోయింది. అప్పుడు ముందు చిట్టీ, వెనకగా నాయనమ్మా అక్కడికి వచ్చారు. తల్లితో చిట్టి "అమ్మా! నేను నీ పట్టుచీర చలువ చేస్తాను" అని ఇంకా ఏదో అనబోతూండగా చిట్టి అమ్మ కోపంగా దానివంక చూస్తూ, "నీ ఎత్తు నాకు తెలిసిపోయిందిలే! నా బట్ట నువ్వు చలువ చెయ్యడానికి వీల్లేదు.

ఒకవేళ చలువ చేసినా సరే నీకు నేను పట్టుపరికిణీ కుట్టించను. తెలిసిందా?" అన్నది. తాము చెప్పకుండానే పట్టు పరికిణీ విషయం ఆమెకెలా తెలిసిందో అర్థంకాక చిట్టి, నాయనమ్మ కూడా ఆశ్చర్యపోయారు.

48. వల్లభుడి జబ్బు

వల్లభుడనేవాడు పొరుగూరు వెళుతూ అడవిమార్గం పట్టి దారితప్పాడు. అప్పుడు వాడొకచోట నిద్రిస్తున్న నడి వయస్కుణ్ణి కాటు వేయబోతున్న విషసర్పాన్ని చూశాడు. క్షణం కూడా జాప్యం చేయకుండా వాడు ఆ పామును వెనుకనుంచి తోక పట్టుకుని దూరంగా విసిరివేశాడు.

ఆ అలికిడికి నడివయస్కుడు లేచి జరిగింది తెలుసుకుని, "నాయనా! సమయానికి నా ప్రాణాలు కాపాడి రక్షించావు. ప్రత్యుపకారంగా నీకు నా దగ్గరున్న మాయసంచి నిస్తాను. అది నీవు కోరినప్పుడల్లా ఆహారాన్ని స్తుంది. దాన్ని నీ అవసరాలకే వాడుకుంటూ దుర్వినియోగం చేయకుండా సుఖంగా జీవించు" అన్నాడు.

వల్లభుడాశ్చర్యంగా, "ఇటువంటి మాయాసంచి మీకెక్కడిది?" అని అడిగాడు.

"నేనొక భాగ్యవంతుణ్ణి. నా చుట్టూ చేరిన వారందర్నీ, నా మేలు కోరినవారని భ్రమించి వున్నదంతా పోగొట్టుకున్నాను. నా ఆస్తిని కాజేసిన దుర్మార్గులు నన్ను ఇంట్లోంచి వెళ్ళగొట్టారు. నేను న్యాయాధికారికి ఫిర్యాదు చేశాను.

ఆ దుర్మార్గులు న్యాయాధికారికి లంచమిచ్చి నాకు దేశబహిష్కరణ విధించేలా చేశారు.

నేను ఈ అడవి చేరుకుని ఒక మహాత్ముడి కంటబడ్డాను.

ఆయన నా దుస్థితికి జాలిపడి నేను చేసిన పుణ్యాన్నొక మాయసంచిగా మార్చి నాకిచ్చాడు. ఆ సంచిని అవసరానికి మాత్రమే వాడుకుంటూ మళ్ళీ మనుష్యుల మధ్యకు వెళ్ళడం ఇష్టం లేక ఇక్కడే కాలం గడుపుతున్నాను.

ఇన్నాళ్ళకు మనుషుల్లో ఒక మంచివాణ్ణి చూశాను. నాకెంతో తృప్తిగా వున్నది" అన్నాడు నడివయస్కుడు.

"ఈ మాయసంచిని నాకిస్తే మీకెలా గడుస్తుంది?" అన్నాడు వల్లభుడు బాధగా.

"ఇంతకాలం నాకు అపకారం చేసినవాళ్ళకు కూడా డబ్బిచ్చి సాయపడ్డాను. ఇంతకాలానికి నాకు ఉపకారం చేసిన మొదటి మనిషివి నువ్వు. నీకు ప్రత్యుపకారం చేయకుండా వుండలేను. నన్ను గురించి ఆలోచించకు. నాకెలాగో అలాగా రోజులు గడుస్తాయి" అన్నాడు నడివయస్కుడు.

"అయితే మీరూ నాతో వచ్చి వుండండి. నాకూ ఎవ్వరూ లేరు" అన్నాడు వల్లభుడు.

నడివయస్కుడు దీనికంగీకరించాడు. వాళ్ళిద్దరూ కలిసి అతికష్టం మీద సరైన దారి పట్టుకుని తిరిగి వల్లభుడి గ్రామం చేరుకున్నారు.

కొంతకాలం బాగానే గడిచింది. మాయసంచి ధర్మమా అని వల్లభుడికి తిండికి లోటు లేదు. అయితే, వాడికి అది తృప్తిగా లేదు. బాగా డబ్బు సంపాదించి మేడలు కట్టి వైభవంగా జీవించాలని వాడి కోరిక. ఆ కోరికను వాడు నడివయస్కుడికి చెప్పాడు.

"అందుకు నువ్వు స్వయంగా కష్టపడాలి. మాయ సంచిని దుర్వినియోగం చేయకు!" అని హెచ్చరించాడు నడి వయస్కుడు.

"ఆ సంచిని దుర్వినియోగం చేస్తే ఏమవుతుంది?" అని అడిగాడు వల్లభుడు.

"నీకేమీ కాదు. నీ బుద్ధిని మాయాసంచి తప్పుదారి పట్టిస్తే ఆ మాయసంచిని నీకిచ్చినందుకు తప్పు నాదవుతుంది. నేనే అనుభవిస్తాను" అన్నాడు నడివయస్కుడు.

భాగ్యవంతుడు కావాలన్న కోర్కెను చంపుకోలేక వల్లభుడు మాయసంచితో భోజనం తయారుచేసి అందరికీ అమ్మసాగాడు. పెట్టుబడి లేకుండా అన్నం వస్తుండడం వల్ల త్వరలోనే వాడికి మంచి లాభాలు రాసాగాయి.

ఈలోగా నడివయస్కుడు ఊళ్ళో చాలామంది ఇళ్ళల్లో కష్టపడి పనిచేయసాగాడు. వల్లభుడెంత వారించినా ఆయన వినలేదు. తను చేసిన పనికాయన ఎవరివద్ద నుంచీ ప్రతిఫలం తీసుకునేవాడు కాదు.

ఇందుకు ఎవరైనా ఆశ్చర్యపడి అడిగితే, "బాబూ! నేను చేసిన పాపానికిది ప్రతిఫలం. ఇలా ఊరికే పనిచేయకపోతే నేను నరకానికి పోతాను" అనేవాడు.

ఊళ్ళోవాళ్ళు కొందరు వల్లభుణ్ణి, "నీవింత బాగా సంపాదిస్తున్నావు గదా! నీతోపాటుండే ఆ పెద్దాయన అంత కష్టపడి పనిచేస్తూంటే చూస్తూ వూరుకుంటావేం?" అని మందలించారు.

వల్లభుడు నడివయస్కుడితో ఒకనాడు "నీ మూలంగా నాకు చెడ్డపేరు వస్తుంది. నువ్వు వాళ్ళావీళ్ళా ఇళ్ళల్లో పని చేయడం మానుకో" అన్నాడు.

నడివయస్కుడు వాడి మాట లెక్కచేయకుండా, "నీ దగ్గరున్న మాయసంచి నా పుణ్యానికి ప్రతిఫలం. నా పుణ్య మున్నంతకాలమే దాని మహిమ ఉంటుంది. ఆ పుణ్యం తగ్గి పోకుండా నేనీ పనిచేస్తున్నాను. నువ్వు మాయసంచిని బాగా ఎక్కువగా వాడుతున్నావు కదా!" అన్నాడు.

ఎప్పుడైతే నడివయస్కుడి పుణ్యం తనకు పనికివస్తుందని తెలిసిందో ఆ తర్వాత వల్లభుడింక మాట్లాడలేదు. వాడు బాగా ధనసంపాదనలో పడ్డాడు. ఏడాది తిరక్కుండా మేడకట్టి, ధనవంతుల ఇంటిపిల్లను పెళ్ళి చేసుకున్నాడు.

ఉన్నట్టుండి వాడికి జబ్బు చేసింది. పేరుమోసిన వైద్యులు వచ్చి వాణ్ణి పరీక్షించి చూసి, "ఈ జబ్బు మాకు అంతు బట్టడం లేదు. ఏ యోగినైనా దర్శించడం మంచిది" అని సలహా ఇచ్చారు.

వల్లభుడి భార్య వాణ్ణి బాగా పేరున్న ఒక యోగి దగ్గరకు తీసుకువెళ్ళి చూపించింది. యోగి వాణ్ణి చూస్తూనే, "శ్రమ పడకుండా సుఖాలు అనుభవిద్దామనుకున్నావు. శరీరశ్రమ అవసరం లేకుండానే, నీకు సంపద పెరుగుతున్నది. అందువల్ల

నీకు శరీరారోగ్యం ఎందుకు? అందుకే మంచం పట్టావు" అన్నాడు.

"అదేమిటి స్వామీ! మరి నా సంపదను నేను అనుభవించవద్దా?" అన్నాడు వల్లభుడు.

"కష్టపడేవారికే అనుభవించే యోగం ఉంటుంది. అదీకాక నువ్వు ఒకరి శ్రమను ఉపయోగించుకుంటున్నావు. ఆ పాపం నిన్ను వేధిస్తున్నది" అన్నాడు యోగి.

"నా వద్ద ఒక మాయసంచి వున్నది. అది ఒకాయన నాకు మనస్ఫూర్తిగా ఇచ్చాడు. ఆ సంచిని నేను ఎక్కువగా ఉపయోగిస్తే ఆ పాపం ఆయనదే కానీ నాది కాదని ఆయనే చెప్పాడు" అన్నాడు వల్లభుడు.

"మూర్ఖుడా! నీ పాపాన్నాయన స్వీకరించి వుండవచ్చు. నీ కారణంగా అంతులేని శ్రమకు గురైన ఆయనకు నీమీద కోపం లేకపోవచ్చు. కానీ ఆయన

పడే శ్రమంతా పాపంగా మారి నీకు చుట్టుకున్నది. ఇకనైనా బుద్ధి తెచ్చుకుని ఆయనకు సేవలు చేస్తూ అత్యాశ మాని బ్రతుకు. నీ జబ్బు తగ్గుతుంది. సుఖపడతావు" అన్నాడు యోగి.

దానితో వల్లభుడికి తన తప్పు అర్థమై యోగికి నమస్కరించి తన పద్ధతిని మార్చుకుంటానని మాట ఇచ్చాడు. ఆ వెంటనే వాడి జబ్బు తగ్గిపోయింది.

ఆ తర్వాత నుంచి వల్లభుడు మాయసంచిని తన ఇంటి అవసరాలకు మాత్రమే ఉపయోగించుకుంటూ ధనసంపాదనకు స్వయంకృషి మీద ఆధారపడ్డాడు. నడివయస్కుడిని ఎక్కడా పని చెయ్యనివ్వకుండా తనే ఆయనకు పరిచర్యలు చేస్తూ కన్నతండ్రిలా చూసుకున్నాడు.

క్రమంగా వల్లభుడి సంపద పెరగసాగింది. వాడు కలకాలం ఆయురారోగ్యాలతో, సకల సంపదలూ అనుభవిస్తూ సుఖంగా జీవించసాగాడు.

చందమామ 135 కథలు-1

49. బంధువులున్నారు జాగ్రత్త!

ఒకానొకప్పుడు సూర్యాపురమనే గ్రామంలో రంగధాముడనే దానశీలి వుండేవాడు. ఆయన ఆదిలో గొప్ప ధనవంతుడే అయినా తన భవిష్యత్తు గురించి ఆలోచించకుండా దానాలు చేయడం వల్ల కొద్దికాలంలోనే బికారి అయిపోయాడు.

ఆయన వల్ల ఎక్కువ ప్రయోజనం పొందినవాళ్ళు ఆయన బంధువులు గ్రామంలోనే వుండి కూడా వాళ్ళల్లో ఒక్కరూ రంగధాముణ్ణి ఆదుకునేందుకు ముందుకు రాలేదు. పైగా వాళ్ళు రంగధాముడి మీద దుష్ప్రచారం కూడా ప్రారంభించారు.

వాళ్ళ మాటల ప్రకారం రంగధాముడికి దానకర్ణు డనిపించుకోవాలన్న తాపత్రయం ఎక్కువ. వెనకా, ముందూ ఆలోచించకుండా దానాలు చేసేసి బికారి అయిపోయాడని కొందరంటే, రంగధాముడిది అక్రమ సంపాదన అనీ అందుకే అది నిలవలేదనీ మరికొందరన్నారు. ఇచ్చిన డబ్బు అచ్చిరాక తాము చెడిపోయామనీ రంగధాముడికి సాయపడ్డవాడికి పుట్టగతులుండవనీ కొందరు ప్రచారం చేశారు.

రంగధాముడి బంధువులు కాని కొందరికి ఆయనకు అంతో ఇంతో సాయపడాలని వున్నది. అయితే, బంధువు లందరూ మూకుమ్మడిగా చేసే దుష్ప్రచారం చూసి వాళ్ళు భయపడిపోయారు.

ఇలాంటి పరిస్థితుల్లో రంగధాముడు ఆ గ్రామంలో వుండలేక భార్యాబిడ్డలతో దూరప్రాంతాలకు బయలుదేరాడు. వాళ్ళు అలా కొంతదూరం ప్రయాణం చేసి అందరూ ఒక చెట్టు కింద చతికిలబడ్డారు. పిల్లలు వెంటనే నిద్రపోయారు.

రంగధాముడి భార్య విచారంగా, "ఏమండీ! మనం బంధువులకు ఉపకారమే తప్ప అపకారం చేయలేదు కదా! వాళ్ళందరూ మన మీద పగబట్టడానికి కారణం ఏమిటి?" అని అడిగింది.

రంగధాముడు నవ్వి, "వెర్రిదానా! వాళ్ళు మనకు బంధువులు కాబట్టి కష్టాల్లో మనను ఆదుకోవాల్సిన బాధ్యత వున్నది. ఆ బాధ్యత నుంచి తప్పించుకునేందుకే వాళ్ళు అలా దుష్ప్రచారం ప్రారంభించారు.

మనపట్ల బాధ్యత లేనివాళ్ళకు మనమిచ్చేది పుచ్చుకోవడమే తప్ప వేరే ఆలోచన ఉండదు. తెలిసిందా?" అన్నాడు.

రంగధాముడి భార్య నిట్టూర్చి నిద్రలో పడింది. అంతలో రంగధాముడికి కూడా చిన్న కునుకు పట్టింది. ఆ కునుకులో ఆయనకొక కల! అందులో ఒక సాధువు కనిపించి, "వెనకా, ముందూ ఆలోచించ కుండా అడ్డమైన వాళ్ళందరికీ దానాలు చేయడం వల్ల నీకీ గతి పట్టింది. అయితే ఏం, నువ్వు చేసుకున్న పుణ్యం ఉట్టినే పోదు. అది రాగి ఉంగరంగా మారి ఈ చెట్టు తొఱ్ఱలో వున్నది. నువ్వా ఉంగరాన్ని ధరిస్తే రోజూ నువ్వు కోరినంత డబ్బిస్తుంది. కానీ ముందుగా నువ్వొక పనిచేయాలి. ఉంగరాన్ని ధరించి ఇక్కడికి దగ్గర్లో వున్న కోనవరం చేరుకో. అక్కడ రచ్చబండ దగ్గర పదిమంది మనుషు లుంటారు. వాళ్ళల్లో ఒకడు మాత్రమే నీకు బంధువు. నువ్వు గుర్తిస్తే నీ వేలికున్న రాగి ఉంగరం బంగారపు ఉంగరంగా మారి పోతుంది. ఆ క్షణం నుంచీ అది నీకు రోజూ

కోరినంత డబ్బివ్వగలుగుతుంది. తెలిసికూడా అపాత్రదానం చేయనంతకాలం ఉంగరం మహిమ అలాగే ఉంటుంది. ఎప్పుడైతే ఉంగరం తిరిగి రాగిలోకి మారుతుందో అప్పుడు దాని మహిమ పోయినట్టు. నీ బంధువు ఇంట ఒక్క రాత్రి మాత్రమే గడిపి మర్నాడు నీ స్వగ్రామానికి వెళ్ళిపోవాలి. త్వరగా బయల్దేరు!" అన్నాడు.

ఉలిక్కిపడి లేచిన రంగధాముడికి వెతికి చూస్తే చెట్టుతొఱ్ఱలో నిజంగానే రాగి ఉంగరం ఒకటి కనిపించింది. అది ఆయన ఎడమచేతి చూపుడువేలుకు సరిగ్గా సరిపోయింది.

రంగధాముడు భార్యాబిడ్డలను నిద్రలేపి కోనవరం వైపు దారితీశాడు. చీకటిపడకుండానే ఆయన ఆ గ్రామం రచ్చబండ వద్దకు చేరుకున్నాడు. కలలో సాధువు చెప్పినట్లు అక్కడ పదిమంది మనుషులున్నారు. ఆశ్చర్యం! అప్పుడు వాళ్ళు రంగధాముణ్ణి గురించే మాట్లాడుకుంటున్నారు.

"మా నాన్న సూర్యాపురం వెళ్ళి గుండెనొప్పి వచ్చి పడిపోతే ఎరిగున్నవాళ్ళు కూడా ఎరగనట్టు నటించారు. ముక్కూమొహం తెలియనివాడెవడో ఆయన్ని వైద్యుడింటికి చేర్చితే వైద్యుడు బాగా డబ్బు కావాలన్నాడు. తిరిగి ఇవ్వమని కూడా అడక్కుండా పెద్ద

మొత్తం సాయం చేసి మా నాన్నను బ్రతికించాడు రంగ ధాముడు. ఇప్పుడాయన సూర్యాపురం వదిలి వెళ్ళిపోతాడట. మంచివాళ్ళకు రోజులు కావివి!" అన్నాడొకడు.

అలా ఒక్కొక్కరే రంగధాముణ్ణి పొగుడుతూంటే కేశవుడనే వాడొకడు మాత్రం, "అసలు విషయం మీకు తెలియదు. రంగధాముడి తాత ఎక్కడలేని దుర్మార్గాలు చేసి విపరీతంగా సంపాదించాడు. ఆ పాపఫలం రాచపుండుగా మారి ఆయన ప్రాణం తీసింది. ఆ పాపఫలం రంగధాముడి తండ్రికి కూడా రాచపుండై అంటుకున్నది.

సాధువులనడిగితే, "నీకున్నదంతా దానం చేయడం మొదలుపెట్టు. నువ్వు దానం చేసిన డబ్బులో న్యాయంగా ఆర్జించినది ఒక్క రాగినాణెం వున్నాసరే నీ తాత చేసిన పాపం పూర్తిగా పోతుంది' అని రంగధాముడికి చెప్పారు. ఆ విధంగా ఆయన దానాలు ప్రారంభించాడు.

దానాలైతే చేస్తున్నాడు కానీ బుద్ధులు మారవు కదా? న్యాయంగా ధనార్జన చేయడం ఆ వంశంలోనే లేదు. అందువల్లనే రంగధాముడి తండ్రి రాచ పుండుతో పోయాడు. ఆయన పేదవాడైపోయాడు" అన్నాడు.

"అదా సంగతి! బాగా చెప్పావు కేశవా! లేకుంటే మేమంతా నిజంగా ఆయన గొప్పదాత అనుకునేవాళ్ళం" అని అన్నారు మిగతావాళ్ళందరూ.

అప్పుడు రంగధాముడు కేశవుణ్ణి సమీపించి, "నాయనా! నా పేరు రంగధాముడు. కోనవరంలో నాకు బంధువులున్నట్టు తెలియదు. పోలికను బట్టి నువ్వు తప్పక మా బంధువు అయివుండాలని తోస్తున్నది" అన్నాడు.

ఆ వచ్చినది రంగధాముడని తెలియగానే కేశవుడు తప్ప మిగతావాళ్ళందరూ ఆయనకు అప్రయత్నంగా భక్తిభావంతో నమస్కరించి, "అయ్యా! తమను గురించి చాలా విన్నాం. మా అదృష్టం కొద్దీ మీ దర్శనమైంది. తమబోటి గొప్పవారికి కష్టాలు రావడం మాకు విచారం కలిగిస్తున్నది. తమకు మేమే విధంగా సాయపడగలమో చెప్పండి" అన్నారు.

అప్పుడు రంగధాముడు తన ఎడమచేతివైపు చూసుకున్నాడు. చూపుడువేలికున్న రాగి ఉంగరం బంగారు ఉంగరంగా మారిపోయింది. ఆయన వాళ్ళందరితోనూ, "బాబులూ! నేను దేనికీ ఒకరి సాయాన్ని కోరేవాణ్ణి కాను. మంచిపనులు చేసేవారిని ఏ కష్టాలూ బాధించవు. మీలో ఎవరికైనా డబ్బు అవసరం వుంటే చెప్పండి. నేనే ఇస్తాను! నాకే సాయమూ వద్దు" అన్నాడు. వెంటనే వారిలో ఒకడు కళ్ళనీళ్ళతో, "నేను షాహుకారుకు వందవరహాలు బాకీపడ్డాను. వడ్డీతో కలిపి అది అయిదువందలయింది. రేపటికి బాకీ తీర్చకపోతే షాహుకారు నా పొలం స్వాధీనం చేసుకుంటానన్నాడు" అన్నాడు.

దానికి రంగధాముడు "నువ్వు షాహుకారును తీసుకుని రాత్రికి మా ఇంటికి రా. మా ఇల్లంటే ఇదిగో ఈ కేశవుడి ఇల్లే! ఇవాల్టికి అక్కడే ఉంటాను" అన్నాడు.

రంగధాముడు మళ్ళీ సంపన్నుడయ్యాడని కేశవుడికి అర్థమైంది. వాడు భక్తిభావంతో ఆయనకు నమస్కరించి "నువ్వు నాకు పెదనాన్నవవుతావని నాన్న చెప్పాడు. పద! ఇంటికి వెళదాం" అన్నాడు.

జరుగుతున్నదంతా రంగధాముడి భార్యాబిడ్డలకు ఆశ్చర్యంగా వున్నది. అయితే ఆ రాత్రి రంగధాముడు కేశవుడి ఇంట్లో ఉండి ఆ గ్రామంలో డబ్బవసరం వున్న చాలామందికి సాయం చేశాడు. ఎడమచేతి చూపుడువేలికి వున్న బంగారు ఉంగరం ఆయనకు కోరిన డబ్బు ఇస్తున్నది. ఆ విషయం రంగధాముడు భార్యకు చెప్పాడు. మర్నాడు రంగధాముడు తిరిగి సూర్యాపురానికి ప్రయాణమవుతూండగా, కేశవుడి తండ్రి ఆయన వద్దకు వచ్చి, "అన్నయ్యా! కూతురు పెళ్ళికి రెండువేల వరహాలు తక్కువ య్యాయి. నీవంటివాడు సాయపడకపోతే పెళ్ళి ఆగిపోయేలా వున్నది" అన్నాడు.

"నీకు తప్పక సాయపడతాను. వెంటనే గ్రామాధికారి వద్దకు వెళ్ళి ఋణపత్రాలు రాయించుకుందాం, పద!" అన్నాడు రంగధాముడు.

చందమామ 138 కథలు-1

"ఋణపత్రమా? అంటే నువ్వు నాకు సాయం చేయవన్న మాట. అప్పిస్తావన్నమాట. అవునా?" అన్నాడు కేశవుడి తండ్రి తెల్లబోయి.

"సాయం పుచ్చుకునేవాడు బిచ్చగాడవుతాడు. నా బంధువుల్నీ, స్నేహితుల్నీ బిచ్చగాళ్ళుగా చూడలేను కదా! అందుకే అప్పిస్తాను" అన్నాడు రంగధాముడు.

"పోనీ, అప్పిస్తే మాత్రం అయిన వాళ్ళకు పత్రాలెందుకు? నోటిమాట చాలదా?" అన్నాడు కేశవుడి తండ్రి.

"నువ్వెవరికైనా నోటిమాట మీద అప్పులిచ్చి చూడు. నా బాధ తెలుస్తుంది" అన్నాడు రంగధాముడు.

కేశవుడి తండ్రి మౌనంగా ఊరుకున్నాడు. రంగధాముడి నుంచి అప్పు మాత్రం తీసుకోలేదు.

అక్కడినుంచి తిరుగు ప్రయాణమయ్యాక దారిలో మళ్ళీ అదే చెట్టు క్రింద విశ్రాంతి తీసుకున్నారు రంగధాముడూ, భార్యాబిడ్డలు. పిల్లలు నిద్రపోయారు. అప్పుడు రంగధాముడి భార్య, భర్తను "అందరికీ సాయం చేసిన మీరు, మీ తమ్ముడి కెందుకు సాయం చేయలేదు?" అని అడిగింది.

"వెర్రిదానా! వాడు నా దగ్గర డబ్బుంది కదా అని అడిగాడు తప్ప, అవసరమై అడగలేదు. నిజంగా అవసరంలో వున్నవాడు ఋణపత్రం రాసైనాసరే అప్పు తీసుకుంటాడు. అర్థమయిందా? తెలియని వాడెవడైనాసరే నన్ను సాయమడిగాడంటే, వాడు నిజంగా అవసరంలో వుండి ఉండాలి. కొందరు మోసగాళ్ళు కూడా ఉండవచ్చు. కానీ మనకు తెలియనంతకాలం ఎవరినీ మోసగాళ్ళుగా భావించకూడదు. అలా భావించడం వల్ల ఎందరో మంచివాళ్ళకి కూడా మనం సాయపడలేకపోతాం. ఇక బంధువులూ, స్నేహితులూ అంటావా? వాళ్ళకు ఋణపత్రాలు లేకుండా అప్పివ్వడం మంచిది కాదు. అర్థమయిందా?" అన్నాడు రంగధాముడు.

ఈ సమాధానానికి తృప్తిపడి రంగధాముడి భార్య నిద్రపోయింది. తర్వాత రంగధాముడు చిన్న కునుకు తీస్తూండగా, అప్పుడు కలలో మళ్ళీ సాధువు కనిపించి "అడిగిన వాళ్ళందరికీ దూరాలోచన లేకుండా చేసిన నీ పాత దానాలకంటే బుద్ధి కలిగి చేసే ఇప్పటి నీ దానాలే గొప్పవి. కోనవరంలోని బంధువును గుర్తించగానే నీకు బుద్ధి వచ్చినట్టు తెలిసింది నాకు. ఇక మీదట ఇదే విధంగా నువ్వెన్ని దానాలు చేసినా పేదరికం నీ దరిదాపులకు రాదు!" అని మాయమయ్యాడు.

తర్వాత సూర్యాపురం చేరుకున్న రంగధాముడు ఎంతోకాలం మంచి పేరుప్రతిష్ఠలతో సుఖంగా జీవించాడు.

50. వరహాల దానం

సీనయ్య పరమ పిసినారి. ఒకరోజున ఆయన పొరుగూరు వెళ్ళి అడవి మార్గాన తిరిగివస్తూండగా ఒక చెట్టు కింద నీరసంగా మూలుగుతున్న ముసలివాడు కనిపించాడు. వాడు సీనయ్యను చూసి, "అయ్యా! ముసలివాణ్ణి దాహంతో నాలుక పిడచకట్టుకుపోతున్నది. ఇన్ని నీళ్ళు పోసి ప్రాణాన్ని నిలబెట్టండి" అన్నాడు.

సీనయ్య వాణ్ణి సమీపించి, "నేను పిసినారినని అంతా చెప్పుకుంటారు. నా దగ్గర మంచినీళ్ళున్నాయి. కానీ ప్రయోజనం లేనిదే నేనేపనీ చేయను. నీ దగ్గర డబ్బుంటే చెప్పు. ప్రతిఫలం తీసుకుని నీ ప్రాణాలు నిలబెడతాను" అన్నాడు.

ముసలివాడు తన దగ్గర వున్న వెండినాణేన్ని తీసి సీనయ్యకు ఇచ్చి ఆయన ఇచ్చిన మంచినీళ్ళు త్రాగి "ఇప్పుడు ప్రాణం లేచివచ్చినట్లుంది. నీ మేలు మరచిపోలేను. నీతో మీ ఊరు వచ్చి నీ సాయానికి ప్రతిఫలంగా ఏదైనా ఇచ్చుకుని వెళతాను" అన్నాడు.

"చూడబోతే పేదవాడివిలా వున్నావు. తెలివి కూడా అంతంతమాత్రంగానే వున్నది. లేకపోతే ప్రాణం పోతున్నాసరే, మంచినీళ్ళకు వెండికాసు వృథా చేస్తావా? నీవంటివాడి వల్ల నాకే ప్రయోజనమూ ఉండదు. వెళ్ళు... వెళ్ళు!" అన్నాడు సీనయ్య. దానికి ముసలివాడు "నన్ను తక్కువగా అంచనా వెయ్యకు. నీతో వచ్చి నీ ఇంటిముందు నిలబడి దానం చేయమని అడుగుతాను. నాకొక్క వరహా ఇవ్వు. దానం చేసిన పుణ్యం నీకెన్నిరెట్ల వరహాలు తిరిగి ఇస్తుందో చూద్దువు గాని" అన్నాడు.

"వరహా మాట అట్లా ఉంచు. నీకు ఒక్క రాగినాణెం కూడా దానం ఇవ్వను. నాకీ పాపపుణ్యాల మీద నమ్మకం లేదు" అన్నాడు సీనయ్య.

"నేను చెప్పేది పూర్తిగా వినకుండా కంగారుపడతావేం? నాకు దానం చేస్తే అది వెయ్యి రెట్లయి వెనక్కు తిరిగి వస్తుందని చెబుతాను. నా మాట విని నువ్వు నాకు దానం చేశావంటే ఊళ్ళో గొప్పవాళ్ళందరు కూడా నాలో ఏదైనా మహిమ వున్నదనుకుని

నమ్మి దానం చేస్తారు. అలా నెలరోజులు చేయాలంటాను. ప్రతిఫలంగా నీకు రోజూ వెయ్యి వరహాలిచ్చుకుంటాను" అన్నాడు ముసలివాడు.

"వెయ్యివరహాలు ఇవ్వడం వరకూ బాగానే ఉన్నది. కానీ నువ్వు నన్ను మోసం చేస్తే నా వరహా పోయినట్లే గదా!" అన్నాడు సీనయ్య.

"నీకంత అనుమానంగా వుంటే ఇదిగో ఈ వరహా నీకిస్తున్నాను. ఇదే రేపు నువ్వు నాకు దానంగా ఇద్దువు గాని" అన్నాడు ముసలివాడు.

సీనయ్య మారు మాట్లాడకుండా ముసలివాణ్ణి తనతో పాటు ఊరిలోకి రానిచ్చాడు. మర్నాడు అంతా అనుకున్నట్లే జరిగింది. సీనయ్య దానమిచ్చాడన్న వార్త కార్చిచ్చులా ఊరంతా వ్యాపించింది.

సీనయ్య వంటి పిసినిగొట్టు వరహా దానంగా ఇచ్చాడంటే ఆ ముసలివాడిలో ఏదో పెద్ద విశేషముంటుందని నమ్మి ఊళ్ళోని వ్యాపారస్థులూ, భాగ్యవంతులూ మాత్రమే గాక, అంతో ఇంతో వున్న ప్రతి ఒక్కరూ ముసలివాణ్ణి వెతుక్కుంటూ వెళ్ళి వరహా చొప్పున దానం చేశారు. ఈ విధంగా మొదటిరోజునే ముసలివాడికి పదివేల వరహాలు లభించాయి. వాడు సీనయ్య ఇంటికి వెళ్ళి ఆయనకు వెయ్యి వరహాలిచ్చి, "రేపు కూడా ఇదే విధంగా దానం చేయాలి సుమా, మరిచిపోయేవు!" అని హెచ్చరించాడు.

"ఈ వెయ్యి వరహాలూ నాకు ఇస్తానని ముందే మాట ఇచ్చావు. అంటే ఇవి నావి! మరి రేపు దానం చేస్తే ఆ వరహా పుచ్చుకుని నువ్వు మళ్ళీ కనిపించకుండా పోతే?" అన్నాడు సీనయ్య.

ముసలివాడు మారు మాట్లాడకుండా, తనకు దానం చేయడానికి సీనయ్యకు వరహా ఇచ్చుకుని వెళ్ళిపోయాడు.

అలా రెండు వారాలు జరిగేసరికి సీనయ్య కిచ్చేదిపోగా లక్ష వరహాలకు పైగా ముసలివాడి వద్ద చేరాయి. ఆ డబ్బుతో వాడు మంచి ఇల్లు కొనుక్కున్నాడు. ఇద్దరు పనివాళ్ళను పెట్టుకున్నాడు. తన దగ్గర ఉన్న డబ్బుతో వడ్డీవ్యాపారం చేస్తూనే వాడు రోజూ సీనయ్య దగ్గర వరహా దానం కూడా పుచ్చుకుంటున్నాడు. ఊళ్ళో ముసలివాడికి దానం చేస్తున్న వాళ్ళందరూ ఇది గమనించారు. వాళ్ళు ఒక మనిషికి సంగతి చెప్పి ముసలివాడు ఏమేం చేస్తుంటాడో రహస్యంగా ఆరా తీయమన్నారు. ఒకటి, రెండు రోజుల్లోనే వాళ్ళకు నిజం తెలిసిపోయి న్యాయాధికారికి ఫిర్యాదు చేశారు. న్యాయాధికారి సీనయ్యనూ, ముసలివాణ్ణీ, ఫిర్యాదు చేసినవాళ్ళనూ ఒకచోట చేర్చి ముసలివాణ్ణి సంజాయిషీ అడిగాడు.

అందుకు ముసలివాడు ఏమాత్రం తొణక్కుండా "అయ్యా! ఇందులో సీనయ్య చేసిన మోసం ఏమీ లేదు. ఆయన నన్ను నమ్మి దానం ఇచ్చాడు. నాకు దానాలిచ్చిన మిగతావాళ్ళకు నేనెలాంటి వాగ్దానమూ చేయలేదు. వాళ్ళే వెతుక్కుంటూ వచ్చి మరీ నాకు దానాలు చేశారు. ఆ విధంగా నా దగ్గర చాలా ధనం చేరింది. దానం తీసుకోవడం తప్పు కాదు కదా! నావల్ల ఈ ఊరిలో ఏ కుటుంబమూ పదిహేను వరహాలకు మించి నష్టపోలేదు. కాబట్టి నేనెవరినీ పెద్ద ఎత్తున మోసగించలేదు. సీనయ్య దానం వల్ల నేను బాగుపడ్డాను. దానికి ప్రతిఫలంగా ఆయనకు రోజూ వెయ్యి వరహాలిచ్చుకుంటున్నాను" అన్నాడు.

"ఇదంతా కట్టుకథ. సీనయ్యా, ఈ ముసలివాడూ కలిసి తెలివిగా ఉపాయం పన్ని మమ్మల్ని మోసం చేశారు. వీళ్ళనిలా వదిలిపెడితే ఊరూరా తిరిగి ఇలాగే అందర్నీ మోసగిస్తారు. అందువల్ల వీళ్ళ ఇద్దరికీ తగిన శిక్ష విధించండి" అన్నారు ఫిర్యాదు చేసినవాళ్ళు.

అప్పుడు ముసలివాడు చేతులు జోడించి న్యాయాధి కారితో, "అయ్యా! ఈ ఉపాయం పాతికేళ్ళ వయసులో నాకు తట్టింది. ఈ ఉపాయాన్నే నమ్ముకుని ఊరూరా తిరిగాను. నా జీవితమంతా వృధాగా గడిచి నేను ముసలివాణ్ణయిపోయాను తప్ప ప్రయోజనం కనిపించలేదు" అన్నాడు.

"నీ మాటలు నమ్మతగ్గవిగా లేవు. ఈ ఊళ్ళో ఫలించిన నీ ఉపాయం మరెక్కడా ఎందుకు ఫలించలేదు?" అని ప్రశ్నించాడు న్యాయాధికారి.

"ఏ ఊళ్ళో చూసినా, సీనయ్య వంటి పిసినిగొట్టును నాలుగుతిట్టి దూరంగా వుంచేవారే తప్ప ఆయన మార్గాన్ని అనుసరించి ప్రయోజనం పొందాలనుకున్న వాళ్ళు కనబడలేదు. అందువల్లనే ఈనాటివరకూ నా ఉపాయం ఫలించలేదు. ఈ ఊళ్ళో సీనయ్య గొప్పతనాన్ని మెచ్చుకుని, ఆయన చేసినట్లు చేయాలనుకునేవాళ్ళు కనీసం పదివేలమంది వున్నారు. ఆ కారణంగానే నా ఉపాయం విజయవంతమైంది. నాకు తెలిసినంతలో ఇలాంటి ఊరు ప్రపంచంలో మరెక్కడా లేదు" అన్నాడు ముసలివాడు.

తెలివితేటలతో తమలోని స్వార్థపరత్వాన్ని ఎత్తి చూపించిన ఆ ముసలివాణ్ణి చూడలేక ఫిర్యాదు చేసినవాళ్ళందరూ సిగ్గుతో తలలు వంచుకున్నారు. ముసలివాడి ఉపాయం ఫలించిందంటే, అందుక్కారణం వాడి తప్పు కాదనీ తమ స్వార్థపరత్వమనీ వాళ్ళకు అర్థమయింది. సీనయ్యక్కూడా పదిమందిలో తన వంటివాడి స్థానమేమిటో ముసలివాడు చెప్పిన తర్వాతే తెలిసివచ్చింది. ఆ తర్వాత ఆ ఊరికి మోసగాళ్ళు వచ్చారేమో కానీ ఆ ఊళ్ళో మరి పిసినిగొట్టులు మాత్రం పుట్టలేదు.

51. సామాన్యుడు - మహానుభావుడు

దేశాటన చేస్తున్న సాధువొకడు లక్ష్మీపుర గ్రామానికి వచ్చి చెరువుకట్టపై వున్న మర్రిచెట్టు కింద నివాసం ఏర్పరచుకున్నాడు. ఆయన రోజూ గ్రామస్థులకు వేదాంతబోధ చేస్తుండేవాడు. ప్రతిరోజూ వంతులవారీగా గ్రామస్థులాయనకు భోజనం పెట్టేవారు.

సాధువొక రోజున లక్ష్మయ్య అనే అతని ఇంట భోజనం చేస్తున్నాడు. ఆ సమయంలో లక్ష్మయ్య ఇంటికి గురువులనే వాడు వచ్చి, "అయ్యా! మీ బాకీ అన్న ప్రకారం రేపటికి తీర్చవలసి వుంది. కానీ, సమయానికి డబ్బు అందలేదు. మరొక నెల రోజులు గడువు కావాలి" అన్నాడు.

వెంటనే లక్ష్మయ్య, గురువుల్ని "నువ్వు మాట నిలకడలేని మనిషివి. నీలాంటి వాడికి అసలు డబ్బు అప్పివ్వకూడదు" అంటూ కోపావేశంతో నానామాటలూ అని తిట్టి పంపించేశాడు.

సాధువు ఇది చూసి లక్ష్మయ్యతో, "నాయనా! కోపం అనర్థహేతువు. దానిని నిగ్రహించుకోవాలి. ఇంతకూ నువ్వు గురువుల్ని తిట్టి సాధించినదేముంది? నీ అక్కసు కొంత తీరిందే తప్ప, దానివల్ల నీకు చేరవలసిన డబ్బేం ముందుగా రాదు కదా!" అన్నాడు.

లక్ష్మయ్య, సాధువుకు వినయంగా నమస్కరించి, "స్వామీ! నేను తిట్టానని ఎవరూ బాధపడరు. ఎందుకంటే నా కోపం క్షణికం. ఎవరినైనా సరే ఇలా తిట్టి అలా మరచిపోతాను. వాళ్ళ మీద నాకేవిధమైన పగా వుండదు" అన్నాడు.

అప్పుడు సాధువు, లక్ష్మయ్యను మెచ్చుకుని, "కోపాన్ని నిగ్రహించుకోవడం మంచిది. కానీ, కోపం క్షణికమే అయితే చాలా గొప్ప విశేషం! పైగా, నీ మనసులో ఎదుటివారి మీద కోపముండకపోవడం మరింత గొప్ప విశేషం" అని చెప్పి ఇంకా ఏదో చెప్పబోతూండగా అక్కడికి లక్ష్మయ్య స్నేహితుడు రుద్రయ్య వచ్చాడు.

వాడు సాధువును చూస్తూనే, "పని చేయకుండా ఇతరుల కష్టం మీద బ్రతికే సోమరులను చూస్తే నాకు అసహ్యం. నువ్విలాంటి వాళ్ళకు తిండిపెట్టడం బుద్ధి గల పనేమీ కాదు" అన్నాడు.

దీనికి లక్ష్మయ్య నొచ్చుకుని క్షమాపణ కోరబోతే సాధువు వారించి, "ఎవరి అభిప్రాయం వారిది! ఇందుకు ఎవరినీ తప్పు పట్టరాదు" అంటూ చిరునవ్వు నవ్వి వెళ్ళిపోయాడు.

ఆ తర్వాత కొన్నాళ్ళకు లక్ష్మయ్య, సాధువును చూసేం దుకు ఆయన నివాసస్థానమైన మర్రిచెట్టు దగ్గరికి వెళ్ళాడు. ఆ సమయంలో అక్కడ అతడికి అదే గ్రామంవాడైన పుల్లయ్య కనిపించాడు.

పుల్లయ్యను చూస్తూనే లక్ష్మయ్య వాడి భుజం పట్టుకుని, "ఏరా! ఎన్నాళ్ళని తప్పించుకు తిరుగుతావు? ఇప్పుడు దొరికి పోయావు. చూడు, ఈ రోజుతో నువ్వో నేనో తేలిపోవాల్సిందే!" అన్నాడు.

సాధువు వెంటనే జోక్యం చేసుకుని, "శాంతం! నాయనా, శాంతం! అసలేం జరిగిందో చెప్పు" అన్నాడు.

లక్ష్మయ్య, పుల్లయ్యను వదిలి, "స్వామీ! నెల్లాళ్ళక్రితం నేను గుడిలో పూజ చేయిస్తూంటే అక్కడే వున్న పుల్లయ్య; 'చెడ్డపనులు చేసేవాళ్ళకే దైవభక్తి ఎక్కువగా ఉంటుంది' అని వెంటనే అక్కణ్ణించి పారిపోయాడు. అక్కడున్న వాళ్ళందరూ వీడి మాటలకు హేళనగా నవ్వారు. నాకెంతో అవమాన మయింది" అని చెప్పాడు.

సాధువు, పుల్లయ్యను మందలించి "ఎదుటివారిని నొప్పించే మాటలనడం తగదు" అన్నాడు.

ఇంతలో రుద్రయ్య అక్కడికి వచ్చి, "స్వామీ! సాధు పురుషుల గొప్పతనం అర్థంకాక మిమ్మల్నొక రోజున చాలా కించపరిచాను. నన్ను మన్నించండి!" అంటూ సాధువు కాళ్ళ మీద పడ్డాడు.

సాధువు మందహాసం చేసి, "మన్నించడానికి నువ్వు చేసిన అపరాధమేమిటో నాకు తెలియదు నాయనా. నీకొచ్చిన కష్టమేమైనా వుంటే చెప్పు. నా శక్తి కొద్దీ సాయపడతాను" అన్నాడు.

జరిగిందేమంటే రుద్రయ్య భార్యకు జబ్బు చేసింది. అది మామూలు జబ్బు కాదనీ దుష్టగ్రహం సోకిందనీ కొందరన్నారు. సాధువు వల్ల తప్ప ఆ దుష్టగ్రహం తొలగిపోదని అంతా అంటే మరొక మార్గం లేక రుద్రయ్య సాధువు దగ్గరకు వచ్చాడు.

సాధువు, రుద్రయ్య ఇంటికి వెళ్ళి మంత్రోచ్చారణ చేసి రుద్రయ్య భార్యను దీవించాడు. మర్నాటికల్లా ఆమె కోలుకుని మామూలు మనిషయింది. ఇది చూసిన లక్ష్మయ్య ఆశ్చర్యపడి సాధువు దగ్గరికి వెళ్ళి, "స్వామీ! మిమ్మల్ని అకారణంగా నిందించిన రుద్రయ్యను క్షమించి మేలు చేశారు. మీరు నిజంగా మహానుభావులు" అన్నాడు.

ఇందుకు సాధువు నవ్వి, "నేనూ నీలాంటి వాడినే! నువ్వు ఎదుటివాళ్ళను తిట్టి మరిచిపోతావు! నేను ఎదుటివాళ్ళు తిడితే వెంటనే మరిచిపోతాను! అకారణంగా ఎవరినైనా తిడితే అది జీవితకాలం నన్ను బాధిస్తుంది. అందుకే ఎవర్నీ తిట్టకుండా జాగ్రత్త పడతాను" అన్నాడు.

సామాన్యుడికీ, మహానుభావుడికీ వుండే తేడా అప్పుడు లక్ష్మయ్యకు అర్థమై క్రమంగా తన కోపాన్ని తగ్గించుకున్నాడు.

శుభం